மக்களாட்சி என்பது சடங்குகளின் தொகுப்பு

தாரிக் அலி

தமிழில்:
கே.பி.கூத்தலிங்கம்

நியூ செஞ்சுரி புக் ஹவுஸ் (பி) லிட்.,
41-பி, சிட்கோ இண்டஸ்டிரியல் எஸ்டேட்,
அம்பத்தூர், சென்னை - 600 050.
☎ : 044 - 26251968, 26258410, 48601884

Language: Tamil
Makkalaatchi Enbathu Sadankugalin Thoguppu
Author: **Tariq Ali**
Translator: **K.P.Koothalingam**
First Edition: February, 2022
No.of Pages: 70
Publisher:
New Century Book House Pvt. Ltd.,
41-B, SIDCO Industrial Estate,
Ambattur, Chennai - 600 050.
Tamilnadu State, India.
Email: info@ncbh.in
Online: www.ncbhpublisher.in

ISBN. 978 - 81 - 2344 - 215 - 0
Code No. A4568
₹ **60.00**

Branches

Ambattur (H.O.) 044 - 26359906 **Spenzer Plaza (Chennai)** 044-28490027
Trichy 0431-2700885 **Pudukkottai** 04322- 227773 **Thanjavur** 04362-231371
Tirunelveli 0462-4210990, 2323990 **Madurai** 0452-2344106, 4374106
Dindigul 0451-2432172 **Coimbatore** 0422-2380554 **Erode** 0424-2256667
Salem 0427-2450817 **Hosur** 04344-245726 **Krishnagiri** 04343-234387
Ooty 0423-2441743 **Vellore** 0416-2234495 **Villupuram** 04146-227800
Pondicherry 0413-2280101 **Nagercoil** 04652-234990

மக்களாட்சி என்பது சடங்குகளின் தொகுப்பு
ஆசிரியர் : **தாரிக் அலி**
தமிழில்: கே.பி.கூத்தலிங்கம்
முதல் பதிப்பு: பிப்ரவரி, 2022

அச்சிட்டோர்: **பாவை பிரிண்டர்ஸ் (பி) லிட்.,**
16 (142), ஜானி ஜான் கான் சாலை, இராயப்பேட்டை, சென்னை - 14
☎ : 044-28482441

All rights reserved. No part of this book may be reprinted or reproduced or utilised in any form or by any electronic, mechanical, or other means, now known or hereafter invented, including photocopying and recording, or in any information storage or retrieval system, without permission in writing from the publishers.

முன்னுரை

ஒரு சிறந்த நேர்காணல் என்பது நேர்காணல் நடத்துபவர்களும் நேர்காணல் தருபவரும் வெறுமனே அவர்கள் தெரிந்து வைத்திருக்கும் விடயங்களை பொதுவெளியில் ஒப்பிப்பது வழியாக அவர்களது அறிவுஜீவித் தன்மையை நிலைநிறுத்திக் கொள்வதல்ல.

மாறாக,

அவர்கள் பேச அமர்ந்த கருப்பொருள் தொடர்பாக, துல்லியமான விபரங்களுடன், சமநிலை குலையாமல், மிகுந்த உண்மைத் தன்மையுடன், ஒரு முழுமையான விசாரணை வழியாக அதனதன் நிறைகுறைகளை எடுத்துச் சொல்வதன் மூலம், ஒரு நேர்மையான, அமைதியான தீர்வு நோக்கி மக்களை சிந்திக்கத் தூண்டுவதாக அந்நேர்காணல் அமைய வேண்டும்.

ஃபிரண்ட்லைன் *(14.02.2022)* இதழில் இடம் பெற்ற தாரிக் அலி அவர்களது நேர்காணலில், அவர் எவ்வித மிகை உணர்ச்சிகளுக்கும் இடம் தராமல் ஒரு தெளிந்த தீர்க்கமான அமைதியோடு பிரச்சனைகளின் அடியாழங்களுக்குள் ஒளிபாய்ச்சுகிறார்.

மேற்குலக சக்திகளையும், முதலாளித்துவத்தையும் விமர்சிக்கும் அதே வீச்சுடன் இடதுசாரிகளையும் அறச்சீற்றம் கொண்டு கண்டிக்கத் தவறவில்லை அவர்.

நேர்காணலின் பாதையில், அவர் ஆங்காங்கே சொல்லிச் செல்லும் தகவல்கள் ஆச்சரயம் ஊட்டுபவை. ஆப்கானிஸ்தானின் பழங்குடிகள், அவர்களது பாடல்கள் மற்றும் இலக்கியங்கள் மற்றும் கலை அம்சம் மிகுந்த பழங்கால சந்தை இப்படியாக அழகான தகவல்கள் சிதறிக் கிடக்கின்றன.

பாலஸ்தீனம், இஸ்ரேல் நாடுகளின் பிரச்சனைகள் குறித்துப் பேசுகையில் அவர் தரும் நுண்ணிய அரசியல் விபரங்கள் மற்றும் சீனாவின் நிலவியல் சார்ந்த அரசியல் மற்றும் சீனா, ரஷ்யா இங்கு நடந்த புரட்சிகளின் வழிமுறைகள், சோவியத் உடைவு, அகிலம் முழுவதிலும் இடதுசாரி அரசியலின் இன்றைய நிலைமைகள் மற்றும் இந்தியா - பாகிஸ்தான் பிரிவினையின் போது நிலவிய மத அரசியல் என தாரிக் அலி விரிவாகவும் விளக்கமாகவும் பேசிச் செல்வதை

வாசிக்கும் பொழுது, இவர், புவிக்கோளத்தின் முழுமையுமான அரசியல், பொருளாதாரம், கலாச்சாரம் மற்றும் ஊடகச் செயல்பாடுகள் குறித்து கூர்மையான கவனம் கொண்டிருக்கிறார் என்பதை நாம் அறிய நேர்கிறோம்.

இந்த நேர்காணல் தமிழாக்கம் செய்யப்பட்டு நியூ செஞ்சுரி புக் ஹவுஸின் மாத இதழான 'உங்கள் நூலகம்' இதழில் தொடராக வெளிவந்தவை. இப்பொழுது நூல் வடிவம் கண்டிருக்கிறது. இதை தமிழாக்கம் செய்து வெளியிட அனுமதித்த 'ஃபிரண்ட்லைன்' இதழ் ஆசிரியர் அவர்களுக்கு மிக்க நன்றி.

ஆங்கிலத்தில், தாரிக் அலியுடன், இந்த நேர்காணலை நடத்தி அறிவுப்பூர்வமான பதில்களைப் பெற்றுத்தந்த ஜிப்சன் ஜான் மற்றும் ஜித்தீஷ் பி.எம் ஆகிய இருவருக்கும் மேலான நன்றிகள்.

பதிப்பகப் பிரிவு மேலாளர் ப.ரேவதி, நூல் வடிவமைப்பு செய்த ஞா.சரிதா, நூலாக்கத்தில் பெரிதும் உதவியாக இருந்த ஜி.சரவணன், அட்டை வடிவமைப்பு செய்த கா.குணசேகரன் மற்றும் நியூ செஞ்சுரி புத்தக நிறுவனத்தின் அனைத்து தோழர்களுக்கும் மனமார்ந்த நன்றிகள்.

இந்த நேர்காணலை செம்மையாக மொழியாக்கம் செய்வதற்கு, ஊக்கமும் போதிய கால அவகாசமும் தந்து இது நூல் வடிவம் பெறுவதற்கும் ஆர்வம் அளித்த நியூ செஞ்சுரி புத்தக நிறுவன மேலாண்மை இயக்குநர் சண்முகம் சரவணன் அவர்களுக்கும் மிகுந்த நன்றி.

18.02.21 அன்புடன்,
சென்னை கே.பி.கூத்தலிங்கம்

தாரிக் அலி சர்வதேச அளவில் நன்கு அறியப்பட்ட சமூக அறிவுஜீவி, பத்தி எழுத்தாளர் மற்றும் அரசியல் செயற்பாட்டாளர். பிரிவினைக்கு முந்தைய இந்தியாவில் 1943இல் பிறந்த தாரிக் அலி, ஆக்ஸ்போர்டு பல்கலைக் கழகத்தில் கல்வி பயின்றவர். மேலும் அவர் அங்கு மாணவர் சங்கத் தலைவராகவும் தேர்ந்தெடுக்கப்பட்டவர். அந்தக் காலக்கட்டத்திலிருந்தே அவர் அரசியல் செயற்பாடுகளில் பங்கேற்பாளராக தொடர்ந்து ஈடுபட்டு வந்தார். வியட்நாம் மீதான அமெரிக்காவின் போருக்கு எதிரான பொதுச் சமூகங்களின் கூட்டிணைவில் மிக முக்கியமான ஆளுமைகளில் ஒருவராக அவர் விளங்கினார். மேலும் அவர் ஆப்கானிஸ்தான், இராக் மற்றும் வெவ்வேறு நாடுகளில் நடத்தப்பட்ட போர்களுக்கு எதிரான கிளர்ச்சி யாளர்களில் முன்களச் செயற்பாட்டாளராகவும் திகழ்ந்தவர்.

'தி கார்டியன்' போன்ற முன்னணி தினசரிப் பத்திரிகைகளில் நன்கு அறியப்பட்ட கட்டுரையாளராகவும் பங்கேற்றிருக்கும் தாரிக் அலி 'நியூ லெஃப்ட் ரிவீவ்' இதழிலும் 50 வருடங் களுக்கும் மேலாக தொடர்பு கொண்டிருப்பவர். அவரது புனைவற்ற எழுத்தாக்கங்களில் மிக முக்கியமானவை: The forty - year war in Afghanistan: A Chronicle foretold, The Extreme centre: A second warning, street fighting years: An Autobiography of the sixties, pirates of the Caribbean: Axis of Hope, The clash of Fundamentalism: crusades, Jihads and Modernity, the leopard and the Fox: A pakistani Tragedy and An Indian Dynasty: The story of the Nehru - Gandhi family.

அவர் புனைவு எழுத்தாக்கங்களையும் கூட படைத்திருக் கிறார்: இஸ்லாம் குறித்த ஐந்து தொகுதிகள் உள்ளடக்கிய shadows of the Pomegranate Tree, The Book of the saladin, the stone woman, A sultan in Palermo மற்றும் Night of the Golden Butterfly.

இந்த நேர்காணலில், 1960களின் போர் - எதிர்ப்பு 'நாயகர்' ஆகிய தாரிக் அலி, நம் காலத்திய மிக இன்றியமையாத பல பிரச்சனைகள் குறித்த கருத்துக்களை எதிரொலிக்கிறார்: ஆப்கானிஸ்தானில் நிலவும் சூழல், மேற்குலகின் சக்தி மற்றும் 'வன்முறை யுத்தம்', லத்தீன் அமெரிக்காவில் அரசியல் வளர்ச்சி, வலதுசாரிகளின் உலகளாவிய எழுச்சிக்கான காரணங்கள், ஊடக உலகில் ஏற்பட்டிருக்கும் மாற்றங்கள், புதிய ஊடகங்களின் சக்தி, தொலைத்தொடர்பு சாதனங்கள் கண்காணிப்பும் ஜனநாயகமும், இடதுசாரிகளுக்கு முன்நிற்கும் சவால்கள், நிகழ்கால முதலாளித்துவம் மற்றும் ஏழைகள், கோவிட் 19 பெருந்தொற்றிலிருந்து கிடைத்த பாடங்கள் மேலும் இன்னும் பல தகவல்கள் இதில் விவாதிக்கப்பட்டுள்ளன.

ஆப்கானிஸ்தானில் அமெரிக்காவின் மிக நீண்ட போர் சச்சரவுகள் இப்பொழுதுதான் முடிவுக்கு வந்திருக்கின்றன, தலிபான்களை அதிகாரத்திலிருந்து இறக்கி அவர்களை சக்தியற்றவர்களாக ஆக்கப்போவதாகவும், அங்கே ஜனநாயகத்தை வளர்த்தெடுக்கப் போவதாகவும் சொல்லிக்கொண்டு, 20 வருடங்களுக்கு முன்பாக, ஆப்கானிஸ்தானில் நுழைந்தது அமெரிக்கா. 2021ஆம் ஆண்டு வரையில் லட்சக்கணக்கான, பெரும்பாலும் அப்பாவி மக்கள் அவர்களது உயிர்களை இழந்திருக்கிறார்கள். அமெரிக்கா $2 ட்ரில்லியனுக்கும் அதிகமான தொகையை போரை முன்னிட்டு செலவழித்திருக்கிறது. ஆனால் தாலிபான்களே மீண்டும் அதிகாரத்தை கைப்பற்றிக் கொண்டனர். இந்த வளர்ச்சியை நீங்கள் எப்படிப் பார்க்கிறீர்கள்?

நாம் இன்று ஆப்கானிஸ்தானில் கண்கூடாக பார்த்துக் கொண்டிருப்பதின் முதன்மையான கருத்து யாதெனில், உலகின் மாபெரும் வல்லாண்மையின் தோல்வி மற்றும் ஏகாதிபத்தியத்தின் தோல்வி எனக் கொள்ளவேண்டும். இது வெறும் இராணுவத் தோல்வி அல்ல. இதை நாம் அழுத்தமாகவே சொல்லவேண்டும். ஆப்கானிஸ்தான் நிலவரத்தைப் பொருத்தமட்டில் அமெரிக்காவின் அரசியல் மற்றும் அதன் சித்தாந்தம் மீதான படுதோல்வி இது; இதைக் குறிப்பிட்டுச் சொல்லியாக வேண்டும். இது அமெரிக்காவின் தோல்வியும் கூட. NATO (வட அட்லாண்டிக் ஒப்பந்த நிறுவனம்) வழியாக ஏகாதிபத்தியத் திட்டங்கள் ஐரோப்பியர்களுக்கும் பகிரப்பட்டிருக்கின்றன. ஏகாதி பத்தியம் நிகழ்த்தியிருக்கும் அட்டூழியங்களை ஒருபோதும் ஏற்றுக் கொள்ளாத, மனித உரிமைகளை மதிக்கும் சுதந்திர மனப்போக்கு உடையோருக்கு, இந்த உண்மை அதிர்ச்சியளித்தது.

இதில் இரண்டாவது கருத்து என்னவெனில், நீங்கள் ஏற்றுக் கொண்டாலும் அல்லது அவர்களை ஏற்றுக்கொள்ளாவிடினும், தலிபான்கள் மட்டுமே, ஆப்கானிஸ்தானில், குடியேற்ற ஆட்சியை எதிர்த்துப் போரிடுவதை தீர்மானிப்பவர்களாக விளங்கும் ஒரே சக்தியாக இருக்கிறார்கள். இடதுசாரிகள் மற்றும் சுதந்திர மனப்போக்கு உடைய இடதுசாரிகள் அமைப்பைச் சார்ந்த மிகத் தீவிர பிரிவைச் சேர்ந்த எந்த ஒருவரும், இதை நாங்கள் விரும்பவில்லை, ஏனெனில், இந்த வெற்றி தாலிபான்களால் கிடைத்தது என்றே சொல்வார்கள். இந்த விவாதத்தில் இத்தகு கேள்விகள் கேட்கப் படுகின்றன. அதாவது, நீங்கள் எங்கே போயிருந்தீர்கள்? நீங்கள் ஏன் போரிடவில்லை?

ஆப்கானிஸ்தானின் குடியேற்ற ஆட்சியை எதிர்த்து நீங்கள் ஏன் தெருக்களில் வீரநடை போட்டு படையணி நடத்திச் செல்லவில்லை. இந்த தேசத்தின் கட்டமைப்பு மாற்றங்களை மீட்டுக் கொண்டு வருவதற்காக, சில நகரங்களில் சில பெண்களுக்கு பயிற்சியும் கல்வியும் வழங்கு வதற்காக NATOக்கள் பணம் வழங்கினார்கள் என்பதை உண்மையாகவே நீங்கள் நம்புகிறீர்களா? அதை நீங்கள் நம்புவீர்கள் எனில் நீங்கள் முற்றிலும் தவறானவர் என்பது நிரூபணமாகிறது. தாலிபான்களால் வெல்ல முடியும் என்பதை ஒருவரும் நினைக்கவில்லை. ஆனால் இன்றைய சகிக்க முடியாத உண்மை அவர்கள் வென்று விட்டார்கள் என்பதுதான்.

NATO மற்றும் அமெரிக்கா, ஆப்கானிஸ்தானில், ‘உறுதியும் வெளிப்படையுமான’ லட்சியங்கள் எதையும் அவர்களால் சொல்ல முடியவில்லை. அவர்கள் 20 வருடங்களாக அந்த நாட்டில் வெற்று அலங்காரத்தையே செயற்படுத்திக் கொண்டிருந்தார்கள். அது புதுமை தாராளவாத முதலாளித்துவத்தின் மிக மோசமான உதாரணங்களாக வகைப்படுத்தப்படுகின்றன. இதன் உச்சமாக குடியேற்ற ஆட்சிக்கு ஆதரவும் பணம் பண்ணும் வழிமுறையும் என சிறு மேனிலை மக்கள் குழு உருவாக்கப்பட்டிருக்கிறார்கள். இது ஒன்றும் ரகசிய மில்லை. தி வாஷிங்டன் போஸ்ட் நிறுவனத்தால் பிரசுரிக்கப்படும் ஆப்கானிஸ்தானிய நாளேடுகள் இந்த நோக்கை தெளிவுபடுத்தியிருக் கிறார்கள். அமெரிக்க அரசியல் நிபுணர்கள், படைத் தளபதிகள் மற்றும் சித்தாந்தவாதிகள் இந்தப் போர் எப்படி பேரழிவாக மாறியது என்பதைக் குறித்து வெளிப்படையாகவே பேசிவிட்டார்கள். அவர்களில் சிலர் சொன்னார்கள், நம்மில் பலர் முன்னதாக என்ன கூறினோமோ அதை, அதாவது, ஹமித் கர்சாய் அரசாங்கம், மேற்குலகின் பத்திரிகைகள் முழுவதிலுமாக புகழாரம் சூட்டப்பட்ட அந்த அரசாங்கம், ஊழல் அரசியல்வாதிகளின் கும்பல் என்பதைத் தவிர வேறொன்றுமில்லை. அவர்கள் பணம் பண்ணுவதில் மட்டுமே கருத்தாக இருப்பவர்களாம். வாஷிங்டன் நாளேடுகளிலும் அமெரிக்க அரசாங்கத்தின் அதிகாரப்பூர்வ அறிக்கைகளிலும் கர்சாய் ஒரு பொருட்டே அல்ல என சொல்லப் படுவதை நீங்களே இப்பொழுது வாசித்து அறியமுடிகிறது. அவர் உருவாக்கியதெல்லாம் தங்களை வளப்படுத்திக்கொள்ளும் ஊழல் அரசமைப்பையே. நாம் செய்திருக்கும் ஏராளமான விமர்சனங்கள் மிகச் சரியாகவே இருந்திருக்கின்றன.

பெண்கள் எதிர்கொண்ட பிரச்சனைகள் என்ன? தாலிபான்கள் அதிகாரத்திற்கு வந்த முதலில், பெண்களை அணுகும் விதத்தில் வன்மையாகவும் கடுமையாகவும் நடந்து கொண்டார்கள். அநேக

மக்களுக்கு இதுமாதிரியான பயங்கள் தற்பொழுதும் உள்ளன. பெண்களை அடிமைத் தளைகளிலிருந்து விடுவித்தல் என்பது அமெரிக்கா முன்னெடுத்த போரின் அதிகாரப்பூர்வ குறி இலக்காக இருந்தது. இதில் உங்கள் பார்வை எத்தகையது?

ஆப்கானிஸ்தான் மீதான மிகவும் இன்றியமையாத கேள்விகளில் மிக முக்கியமான ஒன்றாக இருப்பது என்னவென்றால், அது இன்றைய நாட்களில் மட்டும் முன்னிலைப்படுத்தப்படுவதில்லை. ஆனால் அமெரிக்கா ஆக்ரமிப்பு காலக்கட்டங்களிலேயே எழுப்பப்பட்டது யாதெனில், பெண்கள் நிலைமைகள் என்னவாகும்? என்பதே. இந்த விடயத்தில், நான் கேட்கிறேன், நீங்கள் அங்கே 20 வருடங்களாக இருந்திருக்கிறீர்கள். அதனால் நீங்கள் (மேற்குலக சக்திகள்), பெருந் திரளாகவும் பெரும்பான்மையாகவும் நிரம்பி வழியும் ஆப்கானிஸ்தான் பெண்களின் நிலைமைகள் குறித்து, என்னதான் செய்திருக்கிறீர்கள்? மெய்யாகவே, பெண்களின் உரிமைகளை முழுமையாக நான் ஆதரிக்கிறேன். காபூலிலோ அல்லது இன்னும் சில நகரங்களில் வாழும் சிறியதான பெண்கள் குழுக்களைப் பற்றி மட்டும் நான் பேசிக்கொண்டிருக்கவில்லை. ஆப்கானிஸ்தான் முழுமைக்கும் நான் பேசுகிறேன். அந்தப் பெண்களில் சரிபாதியினர் 25 வயதுக்கும் குறைவானவர்கள். அவர்களுக்காக நீங்கள் என்ன செய்தீர்கள்? நீங்கள் இப்பொழுது தாலிபான்கள் மீண்டும் அதிகாரத்தை அடைந்ததும் புகார் சொல்லி புலம்புகிறீர்கள்? ஆனால், நீங்கள் ஆட்சி அதிகாரத்தில் இருந்த பொழுது, அந்தப் பெண்களின் நிலைமைகளை மாற்றமடையச் செய்தீர்களா? இல்லை என்பதே இதற்கான பதில். தொடக்கத்தில், அவர்கள் (மேற்குலக சக்திகள்) தீவிரவாதத்திற்கு எதிரான போராகவும், பெண்களின் விடுதலைக்கான போராட்டமாகவும் அதை பிரகடனப் படுத்தினார்கள். இப்படித்தானே திருவாளர் (டோனி) பிளேயர் அவர்களும் திருவாளர் (ஜார்ஜ் W) புஷ் அவர்களும் உலகத்தாரிடம் சொன்னார்கள். ஆனால் வருடங்கள் பல கழிந்த பிறகு கூட்டிக் கழித்துப் பார்த்தால் இருப்பு நிலை என்ன? எத்தனை பேர்களுக்கு (பெண்கள்) நீங்கள் கல்வி புகட்டினீர்கள்? எத்தனை பள்ளிக்கூடங்கள் கட்டினீர்கள்? பெண்களுக்கான ஆசிரியர் பயிற்சிக் கல்லூரிகள் எத்தனை உருவாக்கப் பட்டன? இதற்கான பதில், ஒன்றும் இல்லை அல்லது ஏதோ கொஞ்சம்.

இத்துடன் நான் இன்னொரு விடயத்தையும் இணைத்துக் கொள்வேன். பெண்கள் நிலைமை, நான் கலந்து பேசிய சில பெண்ணிய செயற்பாட்டாளர்களைப் பொருத்தமட்டில், மேற்குலக அதிகாரங்களின் கீழ் படுமோசமாகிவிட்டது, உண்மையிலேயே. ஏராளமான பெண்கள் ரகசியமாக பாலியல் தொழிலாளிகளாக

இழுக்கப்பட்டிருக்கிறார்கள். இது ஏனெனில் பெண்கள் அவர்களது குடும்பங்களின் பீதியாக இருந்தார்கள். பாலியல் தொழிலாளர்கள் உலகத்தின் மற்ற பாகங்களிலிருந்தும் இறக்குமதி செய்யப்பட்டார்கள். யுகோஸ்லாவியா யுத்தத்தின்போது ஏற்பட்டது போல விபச்சார விடுதிகள் உருவாக்கப்பட்டன. ஆப்கானிஸ்தானிய பெண்களின் நிலைமைகள் குறித்து இது என்ன சொல்கிறது? எனது கருத்தளவில், மாபெரும் மாற்றம் என்பது பாலியல் தொழில் ஊக்குவித்தல் மற்றும் விபச்சார விடுதிகள் கட்டமைத்தல் இவற்றிலேயே நிகழ்ந்துள்ளன. இவை தனி இடத்திலும் பொது இடங்களிலுமாக வளர்ந்துள்ளன. தாலிபான்கள் பெண்களை அணுகும் விதத்தில் மிகவும் பின்வாங்கி விட்டார்கள். ஆனால் அவர்களது அதிகாரத்தின் கீழ் கற்பழிப்புகள் குறைந்திருந்தன. ஏனென்றால் அவர்கள் கற்பழிப்புக்கு எதிராக கடும் நடவடிக்கைகள் மேற்கொண்டார்கள். வன்புணர்ச்சியாளர்கள் சில வழக்குகளில் கொல்லப்பட்டார்கள் அல்லது காயடிக்கப்பட்டார்கள். இவ்வகைகளில் இந்தப் பிரச்சனைகளை கையாள்வதை நான் ஏற்றுக் கொள்ள மாட்டேன். ஆனால், ஏதோ ஒரு விதத்தில், குற்றச் செயல்களின் எண்ணிக்கை ஒப்பீட்டளவில் குறைந்தன. 20 வருடங்கள் கடந்திருக்கும் இந்நிலையில் தற்போதைய புள்ளிவிபரங்கள் என்ன?

இந்தப் பிராந்தியத்தின் மற்ற நாடுகளில் வாழும் பெண்களின் நிலைமைகளைக் காட்டிலும் ஆப்கானிஸ்தான் பெண்களின் நிலைமைகள் மோசமாக இருக்கிறதா? தோராயமாக ஒரே மாதிரியாகவே இருக்கும் என நான் சொல்வேன். கட்டமைப்பு ரீதியில், இது வேறுபடலாம். பாலின சமத்துவத்தை உறுதிப்படுத்தும் சட்டங்கள் உடைய நாடுகளில் கூட. புள்ளி விபரங்கள் என்னவாக இருக்கின்றன. அருகருகில் இருக்கும் நாடுகளாகிய பாகிஸ்தான் மற்றும் இந்தியாவில் ஏழைப் பெண்களின் கல்வித் தரம் என்னவாக இருக்கிறது?

அந்தளவுக்கு வேறுபாடெல்லாம் இருக்காது என நான் சொல்வேன். யார் கல்வி பெறுகிறார்கள்? (ஆப்கானிஸ்தானில்) ஆப்கானிஸ்தான் நகரங்களில், அடிப்படையில் நகர்ப்புற பெண்கள், கல்வி கற்ற பெண்களே அமைப்பாக உருப்பெற்றிருக்கிறார்கள். இது சிறந்த விடயம்தான். ஆனால் இதுவே இந்தப் பிரச்சனைக்குப் பதில் அல்ல.

பால்பேதத்தின் மீதான கேள்வியின் மீதுள்ள கவனம், ஆப்கானிஸ்தான் மட்டுமல்லாது இந்த அண்டம் முழுமைக்குமானதாக கருத்தில் கொள்ளப்படுகிறது. மேற்குலக சக்திகள் இதைச் செய்ய விரும்பு வதில்லை. ஏனெனில் பால் இனம் தற்காலத்தில் முதன்மையான ஆயுதமாக ஆகிக்கொண்டிருக்கிறது, ஒரு கருத்தியல் ஆயுதமாக, அதை

அமெரிக்காவை வீழ்த்திய குழு மீது பிரயோகப்படுத்தப்படுகிறது. இதுதான் ஆப்கானிஸ்தானில் நிலைமை.

உலகத்தின் மாபெரும் ராணுவம் எதிர்த்து தாக்குகையில், தாலிபான்கள் அதிகாரத்தைக் கைப்பற்ற எது உதவியது?

மாற்று அரசியலை ஏற்படுத்தத் தவறிய அமெரிக்கா அதன் இராணுவம், கட்டமைப்பு அனைத்தின் ஒட்டுமொத்த தோல்வியின் விளைவே இது. பொம்மலாட்டப் பொம்மைகள் கொண்ட இராணுவத்தின் 3,00,000 மக்கள் எளிதாக தளர்ந்து வீழ்ந்தார்கள். அவர்களில் பலர் அகதிகளாக ஆனார்கள். சிலர் தாலிபான்களை எதிர்த்து சண்டையிட மறுத்தார்கள். சிலர் தாலிபான்களுடன் சேர்ந்து கொண்டதோடு அவர்களின் ஆயுதங்களையும் ஒப்படைத்தார்கள். காவல்துறை படையும் கூட தகர்ந்து வீழ்ச்சியடைந்தது.

காவல்துறைப் படையைச் சேர்ந்த கால்வாசிப் பேர் போதை மாத்திரைகள் விற்பனைகளில் பணம் பண்ணினார்கள். அவர்களில் மேலும் கால்வாசியினர், அதிக எண்ணிக்கை இல்லையென்றாலும், அவர்களில் பலர் தாலிபான் ஊடுருவாளர்கள். அமெரிக்க ஆக்ரமிப்பு தொடங்கிய பொழுது, அதன் இராணுவத்தை எதிர்த்துப் போரிடப் போவதில்லை என தாலிபான்கள் தீர்மானித்தார்கள். அவர்கள் முடிகளை சவரம் செய்துகொண்டு பாகிஸ்தான் அல்லது ஆப்கானிஸ்தானிய மலைகளுக்குள் மறைந்து கொள்ள விரைந்தார்கள். அமெரிக்க ஆக்ரமிப்பின் உண்மையான சுபாவத்தை ஆப்கன் மக்கள் பார்க்கத் தொடங்கிய பொழுது தாலிபான்கள் மீண்டும் சுறுசுறுப்பானவர்களாக ஆகத் தொடங்கினார்கள்.

ஆப்கானிஸ்தான் தேசத்தைச் சேர்ந்த எந்த ஒரு முற்போக்கு சக்தியும் ஆக்ரமிப்பையும் அத்துமீறலையும் சித்தாந்த ரீதியில் எதிர்த்துப் போரிடவில்லை. ஒருவர் இதைச் சொல்ல வெட்கப்படத்தான் வேண்டும். ஆப்கானிஸ்தானைச் சேர்ந்த அநேக முற்போக்கு சக்திகள், முந்தைய POPA (ஆப்கானிஸ்தான் மக்கள் ஜனநாயக கட்சி) உறுப்பினர்கள் உள்பட, அமெரிக்கத் தலையீட்டை ஆதரித்தார்கள். ஆதலால் அவர்கள் எவ்வித நம்பகத் தன்மையும் கொண்டவர்கள் அல்ல. அந்நாட்டின் எந்தவொரு பகுதியிலுமாவது, ஒரு முற்போக்கு இயக்கமாவது அத்துமீறல் மீது எதிர்ப்பு காட்டியிருக்கும் பட்சத்தில், சூழ்நிலையானது கொஞ்சம் சமநிலைப்பட்டிருக்கும். ஆனால் அங்கு அப்படி எந்த முற்போக்கு இயக்கமும் செயல்படவில்லை. வடக்கு கூட்டணி அமைப்பு முழுமையுமாக அமெரிக்காவுடன் சேர்ந்து கொண்டு வேலை செய்தது. வடக்கு கூட்டணி அமைப்பின் ஆதரவில்

தான் ஆக்ரமிப்பு நடந்திருக்கும் பட்சத்தில், பெண்களுக்கு உதவி புரியும் முயற்சியாக, அதனிடம் எப்படி தற்பொழுது நிர்வாகத்தை ஒப்படைக்க முடியும்?

நாடு கடத்தப்பட்ட ஒரு ஆப்கான் பெண்ணியவாதி, தனிப்பட்ட முறையில் பேசியபோது சொன்னது, எங்களுக்கு இருந்தது மூன்று எதிரிகள்: குடியிருப்பு ஆட்சி, வடக்கு கூட்டணி அமைப்பு மற்றும் தாலிபான். மேலும் அவர் சொல்லும் போது, இப்பொழுது எங்களுக்கு இருப்பது ஒரே ஒரு எதிரி மட்டும்தான்.

எல்லாவற்றையும் ஆக்ரமிக்க முயற்சிக்கும் ஏகாதிபத்திய பரப்புரைகளையும் மேலும் அவர்களது, தோல்வியில் முடிந்த கேடுகெட்ட பிரச்சாரமாகிய "அய்யோ, தாலிபான்கள் பெண்களுக்கு எப்படியெல்லாம் கொடுமை இழைக்கிறார்கள்" என்பது மாதிரியான, தற்பொழுதைய அவர்களது வார்த்தைகளையெல்லாம் ஒருவர் எதிர்த்திருக்க வேண்டும். இத்தகைய விடயங்களில் எந்தவொரு அக்கறையும் ஆர்வமும் அற்ற இவர்கள் பெண்கள் விடுதலை குறித்த கேள்விகளில் எப்பொழுதும் எவ்விதத்திலும் ஆர்வம் காட்டியதில்லை. மெய்யாகவும் நேர்மையாகவும் இவர்களுக்கு அத்தகைய அக்கறை இருந்தால், பிறகு, பெண்கள் குறித்த அந்தக் கேள்வியை வெறும் ஆப்கானிஸ்தான் பிரச்சனையாக மட்டும் இல்லாமல், பாதிக்கப்பட்டுக் கொண்டிருக்கும் அண்டம் முழுமைக்குமான பிரச்சனையாக பார்க்கத் தொடங்குவார்கள். அவர்கள் அதைச் செய்ய மாட்டார்கள்.

தாலிபான்களின் கீழ் இருக்கும் ஆப்கானிஸ்தானின் வருங்காலம் எப்படி இருக்கும்?

அமெரிக்கா தோற்கடிக்கப்படும்போதெல்லாம், அது வியட்நாமில் ஆகட்டும் அல்லது ஆப்கானிஸ்தானாக இருக்கட்டும், அவர்கள் அந்த நாட்டை குட்டுச்சுவராக்கி தண்டித்து விடுவார்கள் என்றே நான் சொல்வேன். வியட்நாம் தேசம் எந்தவொரு மறுசீரமைப்பையும் பெற்றிடவில்லை. அந்த தேசத்தின் மொத்த சுற்றுப்புறச் சூழலும் ரசாயன ஆயுதங்களால் சீரழிக்கப்பட்டது. குடிமக்கள் திரள் மீது நாபாம் குண்டு பிரயோகிக்கப்பட்டது. நான் வியட்நாமில் இருந்தபொழுது, குழந்தைகளின் முதுகுகள் கருகி எரிந்திருப்பதையும், அவர்களின் முகங்கள் பூதங்களின் முகங்கள் போல சிதைந்திருப்பதையும் கண்டேன். நாபாம் குண்டுகளை பயன்படுத்தியதால் இந்த விபரீதம். இப்பொழுது அவர்கள் ஆப்கானிஸ்தானில் என்ன செய்வார்கள்? 20 வருடங்கள் குடியிருப்பு ஆட்சியின் முகமூடிக்கு கீழமைந்த கடினமான உண்மையை நாம் பார்க்க வேண்டியது அவசியம். உண்மை என்னவெனில், ஆப்கானிஸ்தானில்

சிறுஉயர்குடி குழுக்கள் மற்றும் மேற்குலகுடன் கைகோர்த்துக் கொண்டவர்கள் தவிர்த்து, இந்நாட்டில் பெரிதாக எந்தவொரு மாற்றமும் ஏற்படவில்லை. மேற்குலகின் சக்திகள் ஆப்கானிஸ்தான் மீது தடுப்பு நடவடிக்கைகளை சுமத்தி இருப்பதோடு, அந்நாட்டிற்கு கிடைக்கும் எல்லா உதவிகளையும் திரும்பப் பெற்றுக் கொள்ளுமாறு அச்சமூட்டப்படுகிறது. இந்நாட்டிற்கு எதிராக அறம் மீறிய குற்றங்கள் நடந்து கொண்டிருக்கின்றன. முதன் முதலில், ரஷ்யர்கள் இந்த நாட்டை ஆக்ரமித்தார்கள்; அது மாபெரும் தவறு என்பதோடு மட்டுமல்லாமல், இன்றைய குழப்பத்திற்கு அதுவே வழிவகுத்தது. 40 வருடங்களாக இந்த நாடும் அதன் மக்களும் போர் ஒன்றைத் தவிர்த்து, வேறெதுவும் அறியாதவர்கள். குழந்தைகள் மீது இது ஏற்படுத்தும் பாதிப்பு குறித்து நாம் சிந்திக்க வேண்டும். சிறு குழந்தைகள் போரைத் தவிர வேறெதையும் பார்த்து இங்கே வளர்வதில்லை. அவர்கள் பார்ப்ப தெல்லாம் போர் மட்டும்தான். இது வெறும் உளவியல் ரீதியான பாதிப்பு உண்டாக்குபவை மட்டுமல்ல, நாடு முழுவதும் ஒவ்வொரு குடும்பத்தினரும் அவர்களது குடும்ப உறுப்பினர்களை இழந்திருக்கிறார்கள். இதுவே ஆப்கானிஸ்தானில் நிலவும் இன்றைய சூழ்நிலை.

ஆப்கானிஸ்தானில் வாழும் மக்களுக்காக, நாம் மேற்குலக சக்திகளிடம் சொல்ல முடிந்ததெல்லாம், அவர்கள் மேல் தடுப்பு நடவடிக்கைகள் மேற்கொள்ளாதீர்கள். தடுப்பு நடவடிக்கைகள் மற்றும் அவர்களுக்குக் கிடைக்கும் உதவிகள் மேல் முட்டுக்கட்டை போடுதல் இதெல்லாம் அவர்களின் தலைவர்களையோ தலைமைத்துவத்தையோ எவ்விதத்திலும் பாதிப்பதில்லை. அதற்குப் பதிலாக, மக்கள் மீது சுமத்தப் பட்ட தண்டனைகளாக அவை ஆகிவிடுகின்றன. சில சமயங்களில், அமெரிக்கர்கள் இராக்கிற்கு எதிராக வேண்டுமென்றே கெட்ட எண்ணத்துடன் செய்தது போல, அங்கே தடுப்பு நடவடிக்கைகள் மேற் கொண்ட போது, அரை மில்லியன் குழந்தைகள் இறந்து போனார்கள். அவர்கள் அந்நாட்டின் மேல் படையெடுப்பதற்கு முன்பும் கூட இந்த நிலைமை அங்கே ஏற்படுத்தப்பட்டது. இத்தகைய தடுப்பு நடவடிக்கைகளுக்குப் பின்னால் இருக்கும் பகுத்தறிவுக்கு ஒத்த எண்ணம் எதுவாக இருக்கிறதென்றால், ஒரு நாட்டின் மேல் தடுப்பு நடவடிக்கைகள் ஏற்படுத்தினோமாகில், மக்கள் பாதிப்புக்கு உள்ளாகி, அங்கே, அந்த அரசாங்கத்தை கதிகலங்கச் செய்து சீரழிக்கும் கிளர்ச்சிகள் உண்டாகும்.

ஆனால், உண்மை எதுவாக இருக்குமென்றால் பாதிப்படையும் மக்கள் தம் சொந்த தேசத்தை அதற்காக குற்றம் சாட்ட மாட்டார்கள். அந்த பாதிப்புகளை யார் உருவாக்கினார்களோ அவர்கள் மீதே அந்த

கோபமும் குற்றச்சாட்டுகளும் நீளும். இந்த அட்டூழியங்களை உருவாக்கியவர்கள் யாரென்பதை மக்கள் அறிவார்கள். இந்த மட்டரக சூழ்ச்சித் திறம் அரபு உலகில் எடுபடவில்லை. இதே கணத்தில், வெனிசூலாவில் இத்தகைய எல்லா விஷமங்களும் நடைபெற்றுக் கொண்டிருந்தும்கூட, அங்கே இந்த தந்திரம் வேலை செய்யவில்லை. ஆப்கானிஸ்தானிலும் இந்த விஷம வேலைகள் எடுபடாது. ஆனால் மக்களின் வாழ்க்கையை துயரம் மிகுந்ததாக ஆக்கும் இது.

தாலிபான்கள் மாற்றம் குறித்து அல்லது நிறைவடையா 20 ஆண்டுகள் குறித்து என்பது மற்றொரு விவாதம். கடந்த இருபது ஆண்டுகளாக வளர்ந்து கொண்டிருக்கும் ஆப்கானிஸ்தான் தலைமுறை யானது, அவர்களது கைபேசிகளிலும் கணினிகளிலும் பல்வகைப்பட்ட செய்தி ஏடுகளை வாசித்தறியும் தலைமுறை. இதன் பொருள் யாதெனில் அவர்கள் வழக்கமாக இருந்ததைக் காட்டிலும், தற்காலத்தில், பொதுவாக, அவர்கள் நல்ல விதத்தில் தகவல்களைப் பெறுபவர்களாக இருக்கிறார்கள். ஆப்கானிஸ்தானின் மக்கள் தொகையில், பெருந் திரளானவர்கள் 25 வயதிற்கும் குறைந்தவர்கள். அவர்கள் எப்படி எதிர்வினை ஆற்றுவார்கள் என்பதை நாம் பார்க்கத்தான் போகிறோம். ஆனால் ஒரு விடயம் உண்மை: மிகச் சில ஆப்கான் மக்கள் உள்நாட்டுக் கலகம் திரும்ப நிகழ்வதை விரும்புகிறார்கள்.

தாலிபான்களின் ஆணவ அதிகாரத்தின் கீழமைந்த இந்த நிலப்பரப்பில் நிலவியல் சார்ந்த அரசியல் சிக்கல்கள் என்னவெல்லாம் இருக்கும்?

முதலாவதாக, நிலவியல் சார்ந்த அரசியல் தொடர்பாக ஆப்கானிஸ்தானில் என்ன நடக்கும் என்ற கேள்வியின் மீதாக, நம்மால் சொல்ல இயன்றது என்னவெனில், நாம் இப்பொழுது சற்று மாறுபட்ட காலக்கட்டத்தில் வாழ்ந்து வருகிறோம். இன்று, நம் புவிக் கோளத்தின் மீது இரண்டாவது மாபெரும் சக்தியாக விளங்குவது ஐரோப்பாவோ அல்லது ஐரோப்பிய யூனியனோ (E.U) அல்ல. அது சீனாதான். சீனா ஆசியாவில் இருக்கிறது. சீனாவின் சந்தைப் பொருளாதாரம் வியப்புக்குரிய வகையில் வளர்ந்துவிட்டது. இதில் பொதிந்திருக்கும் உண்மை, சீனா தன் எல்லைகளை இந்தியா, பாகிஸ்தான் மற்றும் ஆப்கானிஸ்தான் ஆகிய நாடுகளுடன் கொண்டிருப்பதால், இன்னும் சில வருடங்களில் இந்நிலப்பகுதியில், நிலவியல் சார்ந்த அரசியல் வளர்ச்சிகளில் ஆப்கானிஸ்தான் பெரும் பங்கு ஆற்றப் போகிறது என்பதாகப் பொருள் படுகிறது. மேலும் தாலிபான் தலைவர்கள் இதில் மிகவும் விழிப்புணர்வு உடையவர்களாக இருக்கிறார்கள். இதனால், தாலிபான்களின் முதல் அயலக தூதுக்குழு சவூதி அரேபியாவிற்குச் செல்லவில்லை. ஆனால், அக்குழுவினர் சீனாவின் அயல்தேசத் துறை அமைச்சரையும், அதன்

உயர் அதிகாரிகளையும் சந்தித்துப் பேசுவதற்காக சீனாவிற்குப் பறந்தனர். ஜின்ஜியாங்கில் எந்தவித தலையீடும் இருப்பதை அவர்கள் ஆர்வம் காட்டவில்லை என்ற உறுதியான உத்தரவாதத்தை அவர்கள் அளித்தார்கள்.

சீனா இந்தப் பேச்சுவார்த்தையில் மகிழ்ச்சியடைந்திருப்பதையே இது காட்டுகிறது.

இரண்டாவது விடயம், தாலிபான்களின் ஈரானிய உறவின் மாற்றம். ஈரானுடன் இதன் உறவு மிகவும் மோசமாக இருந்தது. இது ஏனெனில், ஆப்கானிஸ்தானில் சன்னி அடிப்படை மதவாதிகள் ஷியா சமூகத்திற்கு எதிராக தூண்டிவிடப்பட்டனர். ஆனால் கடந்த ஆறு, ஏழு வருடங்களாக ஈரானிய தலைவர்களுடன் பல தடவைகள் பேச்சு வார்த்தைகள் நடத்தப்பட்டு, சமரசத்திற்கான சூழல் நடந்துள்ளன. ஈரானியர்களுக்கு, புதிய ஆட்சியமைப்பை சீர்குலைப்பதில் ஆர்வம் இல்லை. ஈரானியர்களால் உள்நாட்டுப் போர் நிகழ்வதற்கான ஊக்குவிப்பும் அங்கு இருக்கப் போவதில்லை.

மூன்றாவது, ஒரு தேசத்தை நடத்திச் செல்வது எப்படி என்பது குறித்து ஈரானியர்களிடமிருந்து தாலிபான்கள் பாடங்கள் கற்றுக் கொள்வார்கள் என்பது நடக்கவியலாதது. ஈரானிய மாதிரி அமைப்பு போல உருவாக்குவதற்கு, மெய்யான வேட்பாளர்களைக் கொண்டு, போலி வேட்பாளர்களால் அல்ல, பல்வகைக் கருத்துகளையும் வெளிப் படுத்தும் ஒவ்வொரு வேட்பாளருக்கும் எதிராக உண்மையான வேட்பாளர்களைக் கொண்டு நடத்தப்படும் தேர்தலை அனுமதிப்பதே முன்னோக்கிய படிநிலையாக இருக்கும். ஈரானிய மாதிரி அமைப்பு போலவே ஆப்கானிஸ்தானிற்கும் உரிய அரசியல் அமைப்பு மாதிரியாக நிகழ வாய்ப்பு இருப்பதற்கான ஆலோசனைகள் நடந்து கொண்டிருப் பதற்கான சில அறிகுறிகள் தென்படுவதாக நான் நினைக்கிறேன். அடுத்த வருடத்தில் என்ன நிகழும் என்பதை மிகவும் முன் கூட்டி இப்பொழுதே கொஞ்சம் நம்பிக்கையுடனாவது பேசப்படுகிறது.

பாகிஸ்தான் உடன் தாலிபான்களின் உறவு மிகவும் நெருக்கமானது. மிகவும் நெருக்கமானதுதான், ஆனாலும் மக்கள் கற்பனை செய்வது போல முழுமையான நட்புறவாக அது இல்லை. முந்தைய தாலிபான் அரசாங்கத்தின் கடந்த வருட காலக்கட்டத்தின் போது கூட, அங்கு பதட்டங்கள் பற்றிக் கொண்டன. கடந்த 20 வருடங்களாக தாலிபான் களுக்கு பாகிஸ்தான் ராணுவம் உதவியிருக்கிறது என்பதில் எந்த சந்தேகமும் இல்லை. இதுதான் ருசிகரமான விடயம். பாகிஸ்தான் அமெரிக்காவுடன் நெடு காலத்திய நட்பு நாடாக இருந்து வருகிறது.

ஆனால் மற்றொரு வகையில், அதே நாடுதான் தாலிபான்களுக்கு போர்த்திற உதவிகள் மற்றும் ஆதரவையும் அளித்து வருகிறது.

அமெரிக்கப் படைகள் இப்பொழுது விலக்கிக் கொள்ளப்பட்டிருக்கும் நிலையில் ஆப்கானிஸ்தான் தீவிரவாதத்தின் நாற்றங்கால் போல ஆகிக் கொண்டிருப்பதாக நீங்கள் நினைக்கிறீர்களா? ஐ.எஸ்.ஐ.எஸ் மற்றும் மற்றைய தீவிரவாதக் குழுக்களின் செயல்பாடுகள் எப்படி உள்ளன?

ஐ.எஸ்.ஐ.எஸ் முன்னதாகவே ஆப்கானிஸ்தானில் நுழைந்து தங்களது அஸ்திவாரத்தை அங்கே கட்டமைத்துக் கொண்டனர். அவர்கள் தாலிபான்களின் தயவில் அங்கு இல்லை. உண்மையில் அவர்கள் தாலிபான்களுடன் சண்டையிட்டுக் கொண்டுள்ளனர். தாலிபான்கள் அமெரிக்காவுடன் பேரப்பேச்சு வைத்துக்கொள்ளக் கூடாது என அவர்கள் சொல்கிறார்கள். அரபு உலகத்தில் ஆகட்டும், ஆப்கானிஸ்தானில் ஆகட்டும், ஐ.எஸ்.ஐ.எஸ் வரலாறானது அவர்கள் ஒருபோதும் எதேச்சதிகாரத்தை அல்லது அதன் கூட்டணிகளை குறி வைத்ததில்லை. அவர்களது இலக்கு மற்ற இஸ்லாமியப் பிரிவினர் மற்றும் சிறுபான்மை கிறிஸ்தவ மக்கள். இதைத்தான் அவர்கள் செய்து கொண்டிருந்தார்கள். ஆப்கானிஸ்தானின் உள்பகுதிகளில் அவர்கள் மொத்தத்தில் தாலிபான்கள் மீது தாக்குதல் தொடுத்தபடி உள்ளனர். தாலிபான்களிடம் பிடிபட்ட ஐ.எஸ்.ஐ.எஸ் தலைவர் ஓமர் கொரசனி மிகவும் மிருகத்தனமாக கொல்லப்பட்டார் என்பதை நான் சொல்லி யிருக்கிறேன். ஐ.எஸ்.ஐ.எஸ் விமானநிலையத்தின் மீது தாக்குதல் நடத்தியதாலும் அவர்கள் முதன் முறையாக யாரோ ஒரு அமெரிக்கனை கொன்றதற்காகவும், அவர்களை பழிதீர்க்கவே கொரசனி கைதும் அந்த கொடூர மரண தண்டனையும். தாலிபான்கள் அவர்களுடன் பேச்சு வார்த்தை நடத்தியிருக்க வேண்டும் என நான் நினைக்கிறேன். ஐ.எஸ்.ஐ.எஸ் எந்த வகையிலும் எதிர்சக்தியாக ஆகிவிட்டால், மாபெரும் துயரமாக ஆகிவிடும் அது. ஆப்கானிஸ்தானின் பஸ்துண் பகுதியில் இவர்களது பலம் பெரிதாக உள்ளது. அவர்கள் பல்கிப் பரவி இருக்கக் கூடும். மற்றும் அவர்கள் சந்தர்ப்பவாத தொடர்புகளை உருவாக்கிக்கொண்டிருக்கக் கூடும். ஆப்கானிஸ்தானிற்கு இது ஒரு துயரமாக இருக்கும். அதனால் ஐ.எஸ்.ஐ.எஸ் அங்கு இருக்கிறது. ஆனால், அவர்கள் அதிகாரத்தைக் கைப்பற்றும் நிலையில் உறுதியாக இல்லை.

பல மேற்குலக நாடுகளுக்கு முன்னரே அதாவது, பிரிட்டன் உள்ளிட்ட நாடுகள் பெண்களுக்கு வாக்கு உரிமை அளிப்பதற்கு முன்பாகவே, 1919ஆம் ஆண்டில் ஆப்கானிஸ்தான் பெண்களுக்கு ஓட்டுப்போடும்

உரிமையை வழங்கியிருந்ததை பலர் மறந்தே விட்டனர். ஆப்கானிஸ்தானின் நடப்பு தலைவிதி எங்கே அழைத்துச் செல்லும்?

ஆப்கானிஸ்தானத்தின் கட்டமைப்பைப் புரிந்து கொள்வதற்கு அது பழங்குடி இனங்கள் பல ஒன்றிணைந்து தன்னைத்தானே எப்படி சுய உருவாக்கம் செய்து கொண்டது என்பதை நாம் பார்க்க வேண்டும். ஆப்கானிஸ்தானமாக அறியப்படும் இந்த நாடு வேறுபட்ட பல பழங்குடி இனங்கள் இணைந்து உருவாக்கப்பட்டது. அவர்களது தனித்தன்மை மற்றும் சுதந்திரத்திற்கு கடிவாளம் இட நினைக்கும் எந்தவொரு முயற்சிக்கும் எதிராக அவர்கள் யுத்தம் செய்தனர். அவர்களை அடி பணிய வைக்க, அவுரங்கசீப் மேற்கொண்ட தாக்குதல்களை எதிர்த்து ஆப்கான் பழங்குடி மக்கள் பல நெடிய போர்களைப் புரிந்தனர். அவுரங்கசீப் அனுப்பிய ராணுவத்தை இந்து, முஸ்லீம் மற்றும் சீக்கிய தளபதிகள் தலைமை தாங்கி வழிநடத்தினர். மொகலாயப் படையில் இந்து மற்றும் சீக்கிய தளபதிகள் எப்பொழுதும் முக்கியப் பங்கு வகித்தனர். அதனால் ஆப்கானிலிருந்து பலத்த எதிர்ப்புகள் கொண்ட படை திரள அவர்கள் அவுரங்கசீப்பின் படைகளில் ஒன்றைத் தோற்கடித்தனர். இதன் தொடர்ச்சியாக, மொகலாயப் பேரரசர் வீழ்ச்சி யடைய, ஆப்கானியர்கள் மிகவும் மேம்பட்ட சக்தியாக ஆனார்கள்.

ஆங்கிலேயர் காலக்கட்டத்திலும், இதே நிலைமை தொடர்ந்த தோடு, ஆப்கானிஸ்தானில் ஆங்கிலேயர்கள் மூன்று போர்களை நடத்தினர். முதல் யுத்தத்தில் அவர்கள் தோற்கடிக்கப்பட்டனர். ஆங்கிலேய சாம்ராஜ்யத்திற்கு அது கசக்கிப் பிழியப்பட்ட தோல்வியாக முடிந்தது. இரண்டாவது யுத்தத்தில் இங்கிலாந்திலிருந்து வந்த தாக்குதல்களால் ஆப்கானியர்கள் பாதிக்கப்பட்டனர். ஆனால் மூன்றாவது யுத்தத்தில் தங்களை சரியாக நிர்வகித்துக் கொண்ட ஆப்கானியர்கள் ஒருவழியாக சமாளித்துக் கொண்டு ஆங்கிலேயர்களை தோற்கடித்தனர். இந்தத் தோல்விகளுக்குப் பழிவாங்கும் விதமாக தளபதி பொல்லக், காபூலில் இருந்த, வரலாற்றின் இடைக்காலத்தைச் சேர்ந்த, பழம்பெருமை மிகு அங்காடியை சீரழிக்கக் கட்டளையிட்டான். அந்த அங்காடித் தெரு கலை வேலைப்பாடுகள் கொண்ட மாபெரும் அழகு உடையது. மக்களைத் தண்டிக்க வேண்டுமெனில் நீங்கள் அவர்கள் எதை நேசித்தார்களோ விரும்பினார்களோ மதித்தார்களோ அதை அழிப்பீர்கள். இந்த வகையில் ஆப்கான் மக்களிடம் ஆங்கிலேயர்கள் நடந்து கொண்ட விதம், அறம் பிறழ்ந்த நேர்மைக் கேடான இனக்குழு சார்ந்த எதேச்சிகாரம் என்னும் கோட்பாட்டின் அடிப்படையில் அமைந்தது. (வின்ஸ்டன்) சர்ச்சில் உள்ளிட்டோர் அனுப்பிய செய்தித் தகவல்களை நீங்கள் படிக்க நேர்ந்தால், இது

வெட்டவெளிச்சமாகப் புலப்படும். (ருட்யார்டு) கிப்ளிங் அவர்களின் சில கவிதைகள் வழியாகவும் இதை உணரவியலும்.

ஆப்கானிஸ்தான் குறித்து எனது புதிய நூல் ஒன்றிற்காக நான் சில கூடுதலான ஆய்வுகள் செய்து கொண்டிருந்தேன். ஆங்கிலேய அரசின் பொதுத்துறை ஊழியன் ஒருவன் பஞ்சாப் ஆளுனருக்கு எழுதிய செய்தித் தகவல் ஒன்றைக் கண்டெடுத்தேன். அந்தக் கடிதத்தில் ஆப்கானிய மக்களைப் பற்றிச் சொல்கையில், அந்த மக்களை காட்டு மிராண்டிகள் என குறிப்பிடுவதோடு, மேலும் அவர்களில் சிலர் உயர்குடிக் காட்டுமிராண்டிகள் என சொல்லப்பட்டாலும் ஆனால் உண்மையில் அவர்கள் காட்டுமிராண்டிகளே, என்கிறான். பல மிகவும் உன்னதமான கவிதைகளை உருவாக்கிய நாடு ஆப்கானிஸ்தான். குஷல் கட்டாக், 17 ஆம் நூற்றாண்டில் எழுதப்பட்ட அழகான படைப்பு. மொகலாய பேரரசரைத் தாக்கும் கவிதைகள், ஆப்கானியர்களை ஆதரிக்கும் கவிதைகள், பாடல்கள் போலமைந்த கவிதைகள், காதல் கவிதைகள், அரசியல் கவிதைகள், இப்படியாக இன்னும் பல... இந்த நிலப்பரப்பில் படைக்கப்பட்டிருக்கின்றன. இந்நாட்டின் மக்களை 'உயர்குடி காட்டுமிராண்டிகள்' என்று குறிப்பிடுவதிலிருந்து உண்மை வரலாறைப் புரிந்துகொள்ள இயலாத ஆங்கில வல்லரசின் தகுதிப் போதாமையை காட்டுகிறது.

ரஷ்யாவில் 1917ஆம் ஆண்டு நடந்த அக்டோபர் புரட்சி புவிக்கோளம் முழுமையாக மாபெரும் தாக்கத்தை உண்டாக்கியது. போல்ஷ்விக் அரசாங்கத்தின் முதல் அரசாணையே அதிரடியானது. எதேச்சதிகாரத்தின் கீழ் கொடுமை அனுபவித்துக் கிடக்கும் அனைத்து காலனிய நாடுகளுக்கும் விடுதலை என அந்த அரசாணை சொன்னதோடு மேலும் ஜார் அரசாங்கத்தின் அடிமை நுகத்தடியின் கீழ் வாழும்படி தள்ளப்பட்ட இஸ்லாமிய உலகம் அனைத்திற்குமான விடுதலை என்பதே அதில் குறிப்பிடத்தக்க அம்சம். மற்றைய எதேச்சதிகார அரசுகளின் கீழிருக்கும் அடிமை நாடுகளுக்கும் விடுதலை என அந்த அரசாணை குறிப்பிட்டது. போல்ஷ்விக் அரசாங்கத்தால் பிரகடனப் படுத்தப்பட்ட தொடக்க கால அரசாணைகளில் ஒன்று ஆப்கானிஸ்தானின் ஆட்சியாளராகிய அமானுல்லாகான் அவர்களைச் சென்றடைய, அதனால் அவர் மிகவும் அகமகிழ்ந்து போனார். அந்தக் காலக்கட்டத்தில் துருக்கிய தேசியவாதிகள் இஸ்லாமிய சமயத்துறை சார்ந்த அரசியலை மாற்றியமைக்கவில்லை. அதன் தேசியவாதிகள் துருக்கியை நவீனமயமாக்க ஆயத்தமானதோடு பெண்களுக்கு சம உரிமைகள் கொடுத்தார்கள். லெனின் மற்றும் முஸ்தாஃபா கெமால் அடாதுர்க் இவர்களின் ஒருங்கிணைவில் ஆப்கான் உயர்குடி குழுக்கள் மீது மாபெரும் சிறந்த தாக்கத்தை

ஏற்படுத்தினார்கள். அமானுல்லா ஆதரவு தெரிவித்து தகவல் அனுப்பினார். ஆப்கானிஸ்தான் 1919ஆம் ஆண்டு தனக்கேயான சொந்த அரசியல் அமைப்பை உருவாக்கத் தயாராகியது. அந்நாட்டின் பெண்களுக்கு முழுமையான சம அந்தஸ்து தந்தது அந்த அரசியல் சட்டம். இதை எதேச்சதிகாரத்திற்கு எதிரான சட்டமாக அவர்களால் பார்க்கப்பட்டது. பிறகு, ஆங்கிலேயர்கள் ஆப்கானிஸ்தானிற்குள் தலையிட்டு தொல்லை தந்து அமானுல்லாவின் அரசாங்கத்தை சீரழித்தனர். அமானுல்லா மற்றும் ராணி சொராயா இவர்களுக்கு எதிராக போராட்டம் ஒன்றும் நடத்தப்பட்டது. இது பழங்குடியைச் சேர்ந்த பிற்போக்காளர்களால் முன்னின்று நடத்தப்பட்டது. ஆனால் அதற்கு ஆதரவும், ஆயுதங்களும் நிதியும் ஆங்கிலேய வல்லாண்மை அரசால் அளிக்கப்பட்டது. இதே போலதான் சில வகைகளில் ஒத்ததாக, 1970களின் பிற்பகுதிகளிலும் 1980களிலும் USSR (union of socialist soviet Republics) ஜிம்மி கார்டரால் (ஜிகாத்) புனிதப்போர் தூண்டிவிடப்பட்டது. அதனால் ஆப்கானிஸ்தான், ஏகாதிபத்திய தலையீடுகளின் மிக நெடிய வரலாற்றைக் கொண்டுள்ளது. ஒவ்வொரு தடவையும் அது ஆக்ரமிப்பு ஆட்சியாளர்களை தோற்கடிப்பதில் தொடர்ந்து வெற்றி கண்டு வருகிறது. மொகலாயர்கள் தொடங்கி ஆங்கிலேயர்கள் வரையில், ரஷ்யர்கள் அப்புறம், இப்பொழுது அமெரிக்கர்கள். கல்வியறிவு இன்னும் கூட விரிவடையாத இந்த தேசத்தின் மக்கள் வரலாற்று நினைவுகளில் மிகவும் ஆழமாகப் பதிந்துவிட்டனர், அவர்களின் தொடர்ச்சியான ஏகாதிபத்திய எதிர்ப்பு வெற்றிகளால்.

ஜின்ஜியாங் விருப்பத் தேர்வு

இவற்றிலிருந்தெல்லாம் மேற்குலக சக்திகள் அல்லது அமெரிக்கா குறிப்பிட்டுச் சொல்லும்படியாக, பாடங்கள் எதுவும் கற்றுக் கொண்டார்களா?

இல்லை. கடந்த காலங்களில் அவர்கள் சந்தித்த பின்னடைவுகள் மற்றும் தோல்விகளால் அவர்கள் பாதிப்பு அடைந்திருந்தும் இவற்றில் இருந்தெல்லாம் அவர்கள் எந்தப் பாடங்களும் கற்றுக்கொள்ளவே இல்லை. அவர்கள் பாடம் கற்றுக்கொள்ளும் காலம் ஒரு தடவை வந்தது. இன்னொரு பேரரசு உருவாகி அவர்களுக்கு சவாலாக அமைந்த போது இது நடந்தது. அமெரிக்கா ஆர்வவெறி மிகுந்த தூதுக்குழுவை கப்பலேற்றி சீனாவை நிலைகுலையச் செய்ய முயற்சித்தது. தைவானின் விருப்பத் தேர்வு அவர்களுக்கு மிக நன்மை பயக்கக் கூடியதாக இல்லை. ஹாங்காங் விருப்பத் தேர்வானது ஏறத்தாழ முடிவாகி இருந்தது. அமெரிக்காவின் கைவசமிருந்த ஒரே வாய்ப்பு

ஜின்ஜியாங்கில் உய்குர்ஸ்களுக்கு ஆயுதம் தந்து, அவர்களை அவிழ்த்து விடுவது. அமெரிக்காவின் சார்பாக, துருக்கியில், ஆயிரக்கணக்கானோர் களுக்கு, துருக்கிய அரசாங்கத்தால் பயிற்சியளிக்கப்படுகிறது என நான் சொல்லியிருக்கிறேன். துருக்கி ஜனாதிபதி ரிசெப் தாயிப் எர்டொகன், அவர்களில் சிலரை இந்நிலப்பகுதியில் இருக்கும் அவரது எதிரிகளுக்கு எதிராகப் போர் செய்யப் பயன்படுத்துகிறார். மிக முக்கியமாக சிரியாவில். அமெரிக்கா இப்பொழுது துருக்கியின் மேல் நம்பிக்கை வைத்திருப்பதால், அது முக்கிய பங்காற்றியாக இருந்தபோதும், அது, தன், வரையறுக்கப்பட்ட சுய ஆர்வங்களை சார்ந்திருப்பதால் அந்நாடு சில சமயங்களில் அமெரிக்காவை எதிர்க்கவும் செய்கிறது.

ஜின்ஜியாங்கில் இதை சீனர்களுக்கு எதிராக அமெரிக்கா பயன் படுத்தினால், அது வெற்றியடைந்துவிடும் என்பதை அது அறிந்து வைத்திருப்பதால் அல்ல; ஆனால் சீனா மற்ற விடயங்களால் ஆக்ரமிக்கப் படும் என்பதனால்தான். இது எத்தகைய சூழ்நிலைக்கு இட்டுச் செல்லும் என்பதை அமெரிக்கர்கள் முன்தீர்மானிக்கவில்லை. மேலும் அது முன்தீர்மானிக்கவும் இயலாதது. இது ஆபத்தான சாகசச் செயல். சீனாவின் கொள்கைகள், அவர்களது தேசிய சிறுபான்மையினர்களைப் பற்றியது என்னவெனில், அவர்கள் குறிப்பிடத்தக்கவர்கள் அல்ல. இடதுசாரி அரசியலைச் சேர்ந்த எவரும் இதிலிருந்து ஒன்றையும் கற்றுக் கொள்ளும்படியாக இல்லை. சீனா, மிகவும் கடுமையான மற்றும் மைய அதிகாரம் குவிக்கப்பட்ட மாகாணத்தை உருவாக்கியுள்ளது. சீனா செய்து கொண்டிருக்கும் காரியங்களை யாரும் ஆதரிக்க முடியாது என்பதில் சந்தேகம் இல்லை. ஆனால் ஜின்ஜியாங்கில் நடந்து கொண்டிருப்பதை இனப்படுகொலையாக மக்கள் வகைப்படுத்த தொடங்கிவிட்டார்கள் என்பது என்னை பதட்டமடையச் செய்கிறது.

இதை இப்படி வகைப்படுத்துவது தவறானது என நான் நினைக்கிறேன். இன்றைய காலக்கட்டத்தில், மேற்கத்திய நாடுகள் விரும்பாத எதையும் எந்த ஒரு நாடோ செய்தார்கள் எனில் அது இனப்படுகொலையாக வகைப்படுத்தப்பட்டு அவ்வப்போது அவர்கள் மீது ராணுவத் தலையீடுகளால் தொல்லை செய்து, அந்நாட்டில் குடியிருப்பு ஆட்சியை உருவாக்க முயல்வார்கள். உலகின் பல்வேறு பகுதிகளில் இனப்படுகொலைகள் நடந்தபடி இருக்கின்றன, யூதர்கள் மீது, அர்மீனியன்கள் மீது இன்னும் பல இனக்குழுக்கள் மீதும்... ஆனால் மேற்சொன்ன மூன்று உண்மையான இன அழிப்புகளிலும், மேற்குலகம், அந்த மக்களைப் பாதுகாக்க எதையும் செய்யவில்லை.

சிறிய படுகொலைகள் எந்தவிதத்திலும் தடுக்க இயலாதவை, ஆனால் அதை இனப்படுகொலையாக பெரிதுபடுத்துவதில்,

உண்மையில், ஒரே ஒரு செயல்பாடு மட்டும்தான் உள்ளது. அதனால் அமெரிக்கா ஆப்கானிஸ்தானிடமிருந்து எந்தப் பாடங்களும் கற்றுக் கொள்ளத் தவறிவிட்டது.

1975க்குப் பிறகு, அமெரிக்காவிற்கு ஏற்பட்ட அதிர்ச்சியானது மிகப் பெரியது, ஏனெனில் வியட்நாமில் குடியேற்ற ஆட்சி ஏற்படுத்தியதற்காக அதன் சொந்த ராணுவத்தைச் சேர்ந்தவர்களே அதனை எதிர்த்து, கருத்து தெரிவித்தார்கள். ஆயிரக்கணக்கான படைவீரர்கள் மற்றும் ஓய்வு பெற்ற, அனுபவம் மிகுந்த படைத்துறையைச் சேர்ந்தவர்கள் பென்டகனுக்கு வெளியே இதைக் குறித்து விரிவாக விமர்சித்ததோடு ஹோசிமின் மற்றும் நேசனல் லிபரேசன் இதில் வெற்றியடையும் என அவர்கள் நம்பிக்கை கொண்டு, அதன் வெற்றியை முன்னரே சொல்லியும் விட்டார்கள். உங்களது சொந்த ஏகாதிபத்திய ராணுவத்திற்குள்ளேயே இப்படியெல்லாம் நடந்து கொண்டிருக்கும்போது, அது உங்களுக்கு அதிர்ச்சியை அளிக்கும் என்பதோடு, அதை நீங்கள் கவனத்தில் எடுத்துக் கொண்டு, நிதானித்திருக்க வேண்டும். ஆனால், அவர்கள் இன்னொரு நாட்டின் மீது தலையீட்டை உண்டாக்க, ரொம்ப காலம் ஆகியிருக்க வில்லை. இந்த எதிர்ப்பு முரண்பாடு ரொனால்ட் ரீகனால் ஏற்படுத்தப் பட்டு, 1970களின் பிற்பகுதிகளில் நிகராகுவாவின் ஆட்சியமைப்பை நிலைகுலைக்க முயற்சிக்கப்பட்டது. நான்கு அல்லது ஐந்து ஆண்டுகள் கழிந்ததுமே, தென் அமெரிக்காவிலும் உலகின் பிற பகுதிகளிலும் வழக்கம் போல வணிக நடவடிக்கைகள் செயல்பட்டன. 1975ஆம் ஆண்டு மாபெரும் தோல்வி ஏற்பட்டது. ஆப்கானிஸ்தானத்தில் ஏற்பட்ட தோல்வி பின்னடைவை ஏற்படுத்தியதை அவர்கள் ஒப்புக் கொண்டார்கள். ஆனால் நீங்கள் ஒரு மாபெரும் சாம்ராஜ்யமாக இருக்கும்போது, இந்த மாதிரியான விஷயங்கள் ஏதோ ஒன்று நடக்கத் தான் செய்யும் என கோடிட்டுக்காட்டி விட்டார்கள்.

மற்றொரு நாட்டில் ஆட்சியமைப்பு மாற்றத்தை நடைமுறைக்குக் கொண்டுவர முயற்சிக்கும் அமெரிக்காவின் நடவடிக்கைகளை ஒருவர் எதிர்த்தால் கூட, உலகின் பல்வேறு பகுதிகளில் நிலவி வரும் ஆட்சியாதிக்கம் என்னும் எதார்த்த உண்மையை ஏற்றுக்கொள்ளும்படி ஆகிவிடும் அல்லவா. இத்தகைய இடங்களில் ஜனநாயக மாற்றம் எப்படி நிகழும்? நிகழ்காலத்திய உலக நடப்பு குறித்த உங்கள் அவதானிப்புகள் என்ன?

என்னுடைய பார்வை எதுவாக இருக்கிறதென்றால், ஒரு தேசத்தைச் சேர்ந்த அதன் குடிமக்களால்தான் அங்கே உண்மையான மாற்றங்களைக் கொண்டுவர இயலும். இது வெளி சக்திகளால் செய்யப் பட்டால், அது எவ்வகையிலும் நன்மையளிக்காது. இது வெட்ட

வெளிச்சமான பொது அறிவுதான். இராக்கில் யுத்தத்திற்குப் பிறகு நாம் சுதந்திரத்தையோ ஜனநாயகத்தையோ பெற்றுவிட்டோமா? இல்லை. நாம் பதினைந்து லட்சம் மக்களை இழந்திருக்கிறோம். சிரியாவில், அமெரிக்கத் தலையீட்டால் சுதந்திரத்தையும் ஜனநாயகத்தையும் கொண்டுவர முடிந்ததா? இல்லை, எப்பொழுதும் அப்படிச் செய்து விட இயலாது. லிபியாவில் (முயாம்மர்) கடாபியை நிலை குலையச் செய்து, அங்கே ஜனநாயகத்தை மலரச் செய்துவிட முடிந்ததா? இல்லை. அலபமாவில் பல பத்தாண்டுகளாக பணம் பண்ணிக்கொண்டிருந்த ஒரு லிபிய வியாபாரியை அவர்கள் அங்கே இறக்குமதி செய்தார்கள். அவரை அவர்கள் பிரதம மந்திரியாக உருவாக்கினார்கள். அவர் ரொம்ப நாள் நீடிக்கவில்லை. அவர் மிகவும் கொஞ்ச காலம் மட்டும் நீடித்திருந்தாலும் உண்மையில், சில லிபியர்களாவது அவரது பெயரை நினைவில் வைத்திருக்கிறார்கள். அதற்குப் பதிலாக அவர்கள் லிபியர் களுக்கு தந்ததெல்லாம், மூன்று ஜிகாதி தன்னலக் கும்பல்கள் தங்களுக்குள் மோதிக் கொண்டும் ஒருவரையொருவர் கொன்று கொண்டும் ஆகும் படியான நிலையை உருவாக்கியதுதான். அரேபிய மாகாணங்களை உடைத்தெறிவதுதான் அமெரிக்காவின் கொள்கை என தோன்றுகிறது. முதல் உலகப் போரிலிருந்தே, இப்படியான பேரழிவுகளை அரேபிய உலகத்தின் மீதாக அவர்கள் கட்டாயமாக சுமத்தியிருப்பது மாபெரும் மோசமான மாற்றத்தை உலகிற்கு நடைமுறைப்படுத்தி உள்ளது. ஒட்டமான்களிடமிருந்து அரபு உலகத்தை கைப்பற்றிய காலந்தொட்டே அது சின்னஞ் சிறிய மாகாணங்களாக உருமாற்றம் செய்யப்பட்டது. ஆங்கில ஏகாதிபத்தியம் இதைச் செய்ததில் முக்கியப் பங்கு வகித்ததோடு, பிற்காலங்களில் அமெரிக்காவினாலும் இத்தகைய உருமாற்றங்கள் செய்யப்பட்டன. அந்தப் புவிப்பரப்பை அவர்கள் இப்பொழுது நாசம் செய்து அழித்துக் கொண்டிருக்கிறார்கள்.

தம் சொந்த மக்களாலேயே மதிக்கப்படாத உயர்குடி குழுக்களால் வழிநடத்தப்படும், ஊழல் மிகுந்த முதலாளித்துவ ஆட்சியமைப்புகள் களைந்தெறியப்படுவதற்கான உண்மையான பாதை கீழ்க்காணும் இயக்க நகர்வுகளால் நடந்துள்ளன. அதுதான் தென் அமெரிக்காவில் நடந்துள்ளது. ஆனால் அவர்கள் தொடர்ச்சியாக அமெரிக்காவின் சவால்களுக்கு எதிராக இருந்து வருகிறார்கள்.

இடதுசாரி முன்னேற்ற சக்திகளை நொறுங்கச் செய்ய, ஏகாதிபத்திய தாக்குதல் முயற்சிகள் எதுவும் முழுமையாக வேலை செய்யவில்லை. பெரு நாட்டின் ஆசிரியக் குடியரசுத்தலைவரின் அண்மைக் காலத்திய வெற்றி அதற்கான அடையாளம். 2020 ஆம் ஆண்டு பொலிவியா தேர்தலில் அமெரிக்க சார்பு சக்திகள் தோற்கடிக்கப்பட்டது ஒரு நல்ல

உதாரணம். இவர்கள் தொடக்கத்தில் இவொ மொரால்ஸை வல்லடியாக கவிழ்த்து கலங்கச் செய்தவர்கள். பொலிவிய மக்கள் சொல்வதெல்லாம், எங்களது தலைவர் துரத்தியடிக்கப்பட்டு நாடு கடத்தப்பட்டாலும் அவர் இல்லாமலேயே நாங்கள் வென்றுவிட முடியும், ஏனெனில் நாங்கள் வலுவான கட்டமைப்பை உருவாக்கியுள்ளோம்.

ஆசியாவில், சீனா விவகாரம் இதைக் குறித்து முன்னரே நான் விவாதித்துவிட்டேன். தெற்கு ஆசியாவில், இந்தியா தொழில் நுட்ப ரீதியாகவும் அரசியலமைப்பு ரீதியாகவும் ஒரு ஜனநாயக நாடு. இந்தியாவின் நிகழ்கால அரசாங்கம் உருமாற்றத்தை நடைமுறைப் படுத்தவும், தொடக்ககாலங்களில் ஆட்சிமுறைகளில் செயற்படுத்தப் பட்ட காந்தி - நேரு இவர்களது கருத்து ஒருமைப்பாடு என்னும் கோட்பாட்டை முற்றிலும் தகர்க்கவும் அதன் சொந்த சித்தாந்தங்களை உபயோகப்படுத்துகிறது. ஆக, (பிரதம மந்திரி நரேந்திர) மோடி உருவாக்கியிருக்கும் கருத்து ஒருமைப்பாடு என்பது அவரது கட்சிக்கு எதிராக நின்றவர்கள் கூட, அதை எதிர்த்தவர்கள் கூட, அடிப்படையில் அதன் மடியில் விழுந்து கொண்டிருக்கிறார்கள்.

இந்த அரசியல் கட்சிகள் அதன் சுயமான அரசியல் கட்டமைப்பை ஒருமாதிரியாக சமாளித்து நிர்வகித்து வரலாம், ஆனால் அவர்களது கருத்து வெளியீட்டு விதம், அவர்கள் பேசும் வழிமுறைகள், அவர்கள் வளர்த்தெடுக்கும் ஒத்த சிந்தனைகள், இன்னும் பல வகைகளிலும் ஒற்றுமைகள் அதிகரித்தபடி இருக்கின்றன. என்னுடைய பார்வையில் இந்தியாவின் இருபெரும் எதிர்க் கட்சிகளுள், காங்கிரஸ் கட்சியானது இப்பொழுது கேலியான நிலைக்கு ஆகிவிட்டது. அதனிடமிருந்து, ஏதாவது அதன் மூலத் தத்துவத்திற்கு உரிய முற்போக்கு விஷயங்களை எதிர்பார்ப்பது என்பது நகைச்சுவையாகப் போய்விடும். அது அதிகாரத்திற்காக சண்டையிட்டுக் கொண்டிருக்கிறது. மற்றொரு வகையில், இந்தியாவில் இடதுசாரிகள் பலவீன நிலையில் இருந்து வருகிறார்கள் என்பதே அதன் வரலாறு. சோவியத் யூனியன் நொறுங்கியபோது இத்தாலி மற்றும் பிரெஞ்சு நாடுகளின் பலமிக்க இடதுசாரி இயக்கங்கள் சிதைவுற்றன. இந்தியாவில், CPI(M) அதாவது, இந்திய மார்க்சிஸ்ட் கம்யூனிஸ்ட் இயக்கத்திற்கு இதுபோல எதுவும் நடக்கவில்லை. அது கேரளாவிலும் மேற்கு வங்காளத்திலும், திரிபுராவிலும், அதன் பிடிப்பை சமாளித்து தக்க வைத்துக்கொண்ட தோடு, நாட்டின் மற்ற பகுதிகளிலும் அடிப்படைகளை நிறுவி வருகிறது. பல அறிவுஜீவிகள் மேலும் இதனுடன் இணையப்பெற்று, CPI(M)ற்கு பலம் அளித்து வருகிறார்கள். ஆனால் வங்காளத்தில் ஏற்பட்டிருக்கும் துடைத்துக் கழுவியது போன்ற தோல்வி இந்தக் கட்சி

அதன் சரிவில் உள்ளதற்கான அறிகுறிதான். இந்த உண்மையிலிருந்து ஒருவர் ஓடி ஒளிந்து கொள்ள இயலாது. இதன் கேள்வி யாதெனில், மெய்யாகவே முன்னேற்றம் வேண்டி ஒரு இயக்கம் தேவையாக இருக்கும் ஏராளமான மக்களை நகர்வடையச் செய்வதற்காக சில விஷயங்கள் உருவாக்கப்பட்டிருக்க இயலுமா? நாம் பார்க்கும் படியாக இது தொடர்கிறது.

கொரிய தீபகற்பத்தில், பெரிதாக எதுவும் மாறப் போவதில்லை. ஜப்பான் நாடானது அமெரிக்காவால் மிதமிஞ்சி ஆதிக்கம் செய்யப்பட்டு, கட்டுப்படுத்தப்பட்ட நிலையில் உள்ளது, அந்நாடு, அதற்குரிய சுயமான வெளியுறவுக் கொள்கையை செயற்படுத்திக் கொள்ளவில்லை. மேலும் உள்நாட்டிற்குள் அதன் அரசியல் செயற்பாடுகள் பல்வேறு கட்சிகளில் தொங்கிக் கொண்டிருக்கும் உயர்ந்தோர் குழாம்களால் ஆதிக்கம் செய்யப்படுகிறது. சோஷியலிஸ்ட்கள் மற்றும் கம்யூனிஸ்ட்கள் மிகக் கடினப்பட்டே ஜப்பானில் நீடித்து வருகிறார்கள்.

தென் அமெரிக்காவில், பெரும் ஆதரவு பெற்ற இயக்கங்கள் மற்றும் இடதுசாரி சோஷியல் ஜனநாயகம் இவற்றின் கூட்டிணைவு எழுச்சி பெற்றுள்ளது. அவர்கள், மூலதனத்தை ஒழுங்குபடுத்துவது தவிர, மூலதனத்திற்கு பெரிய சவாலாக அவர்களின் மனப்பாங்கு இல்லை. மூலதனத்தின் ஆதிக்கம் முழுமையாக தொடர்கிறது. இந்த ஆதிக்கத்தின் விளைவாக, முதலாளித்துவத்தால் உருவாக்கப்பட்ட புழுக்கூட்டிற்குள் இத்தகைய நாடுகளின் முழு எதிர்ப்பும் அடங்கி ஒடுங்கிவிட்டது. மக்களின் உண்மையான தேவைகள் குறித்து நடவடிக்கை மேற்கொள்ளப்படவில்லை. பிறகு இரண்டு மாபெரும் நிகழ்ச்சிகளை நீங்கள் அறிவீர். முதலாவது, 2008 ஆம் ஆண்டில் நடந்த வாணிகத் தகர்வு, வால் ஸ்ட்ரீட் வாணிகத் தகர்வு. இரண்டாம் உலகப் போருக்குப் பிறகு, அவர்கள் செய்தது போல, சில சீர்திருத்தங்கள் உள்பட, கொஞ்சம் உண்மையான மாற்றங்கள் செய்வதற்கு முதலாளித்துவத்திற்கு அது ஒரு வாய்ப்பாக இருந்தது. ஆனால் அவர்கள் இதைச் செய்யவில்லை. இரண்டாவது பெரிய நிகழ்ச்சி, நோய்ப் பெருந்தொற்று. முரண்நகையாக, நோய்ப் பெருந் தொற்றானது புதுமை தாராளவாதத்திலிருந்து அந்தந்த நாட்டின் தலையீடு என்னும் நிலை நோக்கி லேசான இடப்பெயர்வை நிகழ்த்தச் செய்தது. ஆனால் இதுகாறும் உள்ள நிலை மக்களிடையே நம்பிக்கையை உருவாக்கவில்லை. அவர்கள் அதை உருவாக்க விரும்பவில்லை. ஏனெனில் மக்கள் மிகை உணர்ச்சிக்கு ஆட்படுவார்கள், மேலும் அவர்கள் அந்த மக்களுக்குக் கொடுக்க இயலாத அளவிற்கும் வழங்கப்பட இயலாத வகையிலும், மக்கள் ஏராளமாக விரும்பியிருக்கக் கூடும்.

2020ஆம் ஆண்டில், கோவிட்-19 பெருந்தொற்றின் தொடக்கத்தில் இந்த நெருக்கடிகளிலிருந்து ஒரு மிகச்சிறந்த உலகம் எழுச்சிகொள்ளும் என பல மக்கள் நம்பினார்கள். நெருக்கடி நீடித்த காலக்கட்டத்தில் வேலை இழந்தும் ஊதியம் குறைக்கப்பட்டும், இப்படியாக இன்னும் பல வகைகளில் பல லட்சம் பேர் பாதிக்கப்பட்டனர். ஆனால் இதன் பிறகும் கோடீஸ்வரர்கள் பலர் அதிர்ச்சியூட்டும் படியான செல்வங்களை ஈட்டியுள்ளார்கள். பெருந்தொற்று காலத்தில் நடந்திருக்கும் அரசியல் பொருளாதாரம் மற்றும் சமூக வளர்ச்சிகள் இவற்றின் மீதாக உங்களது பார்வை எத்தகையது?

"இன்னொரு உலகத்திற்கு வாய்ப்பு உள்ளது" என்பது எப்பொழுதும் சரிதான். வலது அரசியல் சித்தாந்தம், அது இன்னொரு உலகத்தை உருவாக்க முயல்கிறது. இடதுசாரிகள், மொத்தமாக இவ்விஷயத்தில் பலவீனமாக உள்ளனர், ஆனால் வலதுசாரிகள் இதில் மிக அதிக வெற்றியை ஈட்டியுள்ளனர். (அமெரிக்க ஜனாதிபதி டொனால்ட்) ட்ரம்ப் வலது சித்தாந்தத்திற்கான மாபெரும் வெற்றியாளராக இருந்தார். இன்னொரு அமெரிக்காவை, தனிமுதன்மை கொண்ட வெள்ளையர்களின் அமெரிக்காவை உருவாக்குவதற்கான மாபெரும் வெற்றி. அதனால், இடதுசாரிகளுக்கு, இதெல்லாம் மிக கடினமான கொள்கைக் குரல்.

"நாம் 99% இருக்கிறோம்" என்ற கொள்கைக்குரல் இடதுசாரி சிந்தனைகளோடு ஒத்துணர்வு உடைய ஒரு விளம்பர நிறுவனத்தால் கட்டமைக்கப்பட்டது. 99% மக்களால் உருவாக்கப்பட்ட செல்வ வளம் 1% மக்களால் கட்டுப்படுத்தப்படுகிறது என்னும் விவாதம் எப்பொழுதும் என்னைக் கொஞ்சமும் சமரசம் செய்வதில்லை. ஏனெனில், இந்த 99 சதவிகிதத்திற்குள்தான், நூற்றுக்கணக்கானவர்கள் மற்றும் ஆயிரக்கணக்கானோர்கள் உள்ளனர். இவர்களின் உண்மையான சம்பளம் மாறுபாடு உடையவை. அதாவது ஏழைகள் மற்றும் பசியால் பாதிக்கப்பட்டுள்ளோர் இவர்களைக் காட்டிலும் வேறுபட்ட ஊதியங்களைப் பெறுவோர்களும் இந்த மொத்த சதவிகிதத்திற்குள் அடங்குவர். அதனால் அது சமரசம் செய்யும்படியான கொள்கைக் குரல் அல்ல. இந்த 99 சதவிகிதமென்பது கடக்கவியலா பாதாள பெரும் பிளவு. என்னைப் பொருத்தமட்டில், ஆம், நீங்கள் பெருங்கோடீஸ்வரர் களுக்கு எதிரானவராக இருக்கிறீர்கள். ஏராளமானோர் ஈட்டும் ஊதியத்தின் பாதை மக்கள் தொகையின் 50 சதவிகிதத்தினர் ஈட்டும் ஊதியத்திலிருந்து மிகு தொலைவில் உள்ளது என்பதை அந்த கொள்கைக் குரலால் சொல்லித் தீர்த்துவிட முடியாது. எனது வாழ்க்கையின் பெரும்பகுதியில் நான் இந்த நிலைப்பாட்டை சமாளித்து நிர்வகித்து

வருகிறேன். அதாவது கொள்கைக் குரலை வலுப்படுத்துதல் என்பது மட்டுமே எப்பொழுதும் போதுமானதாக இருக்காது. அரசியல் மற்றும் பொருளாதாரம் சார்ந்த பரப்பு எல்லைகள் வழியாக உலகம் எப்படி இயக்கம் கொள்கிறது என்பதை புரிந்துகொள்வதுதான் முக்கியம். கேள்வி எதுவாக இருக்கிறதென்றால், சமூகக் கட்டமைப்புகளில் நிகழும் உருமாற்றம் குறித்துதான். அதாவது பெரும்பான்மை ஆதரவுடன் ஒரு நாட்டின் சமூகக் கட்டமைப்பை உருமாற்றம் செய்தல். மேலும் புதிய அரசியல் அமைப்புகள் மற்றும் புதிய அரசியல் அமைப்புச் சட்டங்கள் அடிப்படையிலான பாராளுமன்றங்கள் போன்ற ஜனநாயக அமைப்புகள் நிறுவப்பட்டு அதன் வழியாக சமூகக் கட்டமைப்புகளில் உருமாற்றம் நிகழ்த்த வேண்டும். தென் அமெரிக்காவால் தரப்பட்ட மாதிரி வடிவம் மோசமான ஒன்றல்ல. சிலியில், பெரும் சக்தி கொண்ட அரசியல் இயங்குமுறையால் இப்பொழுது புதிய அரசியலமைப்பு செயற்பட்டுக் கொண்டிருக்கிறது. ஆகவே, இத்தகைய வழிமுறைகளின் இணைவு இடதுசாரி அரசியலை மறுபடியும், முன்னோக்கி நகர்த்திச் செல்லும். ஜீவித்திருப்பதற்கான ஒப்புப்போலி நடிப்பு பற்றியதல்ல இங்கு கேள்வி. புதிய வழிமுறைகளில் நீங்கள் தற்போதைய அரசியல் தகர்வை துரத்தி விரட்ட விரும்பினால் நீங்கள் ஆக்கப்பூர்வமாக படைப்புத்திறனுடன் சிந்திக்க வேண்டும். எவ்வளவு மக்கள் அதை விரும்புகிறார்கள் என்பதே கேள்வி.

முதலாளித்துவத்தின் இன்றைய சமூக மற்றும் பொருளாதாரக் கட்டமைப்பு, கடந்த காலங்களில் இருந்தது போல, அதனைச் சார்ந்து பல அமைப்புகளை நிறுவனமாகக் கொண்டுள்ளது. இன்றைய காலக் கட்டத்தின் நிதித் தொடர்புடைய முதலாளித்துவம், அது உலகத்தை மிதமிஞ்சி ஆதிக்கம் செய்கிறது, அரசியல் குழுக்கள் ஒட்டுமொத்தமாக இத்தகு முதலாளித்துவ வாதிகளோடு கூட்டு இணைவில் இருக்கிறார்கள். 2008ஆம் ஆண்டின் தகர்வுக்குப் பிறகு, ஒரு தெளிவார்ந்த சமூக குடியாட்சி விருப்புடையோர், இதுபோல வருங்காலத்தில் நடப்பதற்கு நாங்கள் அனுமதிக்க மாட்டோம், என சொல்லியிருப்பார்கள். ஆனால் நோய்ப் பெருந்தொற்று அவர்களைச் சிந்திக்க வைத்திருக்கிறது.

இங்கிலாந்து பிரதமர் போரிஸ் ஜான்சன் அவர்களது சில கொள்கைகள் தெரியப்படுத்தியவை யாதெனில், அந்நாடு எப்படியெல்லாம் லாபகரமாக பயன்பட்டிருக்க முடியும். பெரும்பான்மையாக, அது விரும்பியிருக்கும் பட்சத்தில். இந்த திசையில் அதைத் தள்ளுவதற்கு ஒரு வைரஸ் பெருந் தொற்று தேவைப்படுகிறது என்பதே உண்மை. அத்தகைய இன்னல் மிகுந்த உலகத்தில் நாம் வாழ்ந்து கொண்டிருக்கிறோம்.

இடது, வலது மற்றும் வெற்றிடம்

2008ஆம் ஆண்டு காலக்கட்டத்தின் பொருளாதார நெருக்கடி உருவாக்கிய வெற்றிடம் வலதுசாரிகளின் வளர்ச்சிக்கு வழி அமைத்ததாக, நீங்கள் தொடக்கத்தில் சொல்லியுள்ளீர்கள், இடதுசாரி அரசியலாலோ அல்லது லிபரல்களோ அந்த வெற்றிடத்தை நிரப்ப ஏன் தவறி விட்டார்கள்?

முதலாவதாக, 2008 பொருளாதார நெருக்கடி அமெரிக்காவில் நிலவியதற்குப் பின்னர், ஒரு ஆர்வமூட்டக்கூடிய தொலைக்காட்சி நிகழ்ச்சி ஒன்று ஒளிபரப்பானது. ராபர்ட் ரெய்ச் என நினைக்கிறேன். அவர் பில் கிளிண்டன் அரசாங்கத்தில் சேவையாற்றிய ஒரு மக்களாட்சிக் கோட்பாட்டாளர். அவருக்கு முன்பாக ஒரு விவாதம் எழுப்பப் பட்டது: பிராங்லின் D.ரூஸ்வெல்ட் அவர்களின் கீழமைந்திருந்த அமெரிக்க அரசாங்கம் மாபெரும் பொருளாதாரத் தாழ்வு நிலை அடைந்த பிறகு, வேலைவாய்ப்புகளை உருவாக்குவதற்கும், குடிமக்களைப் பேணுவதற்கும் அரசு சார்ந்த பொருளாதார நடவடிக்கைகள் மேற் கொள்ளப்பட்டன. 2008 பொருளாதார நசிவின்போது அதைப்போல எந்த ஒரு சீர்திருத்தங்களும் செய்யப்படவில்லை. இக்குறிப்பிட்ட விஷயத்தின் பொருட்டு, அக்காலக்கட்ட பொருளாதாரத் தாழ்வுநிலையை முன்னிட்டு, சோவியத் யூனியனை மனதிற்கொண்டு, ரெய்ச் பதிலளித்ததை நாம் இந்த விஷயத்தில் சிந்திக்க வேண்டியுள்ளது. நாம் ஏதாவது உருப்படியாக செய்யாவிட்டால், நம் ஊழியர்கள் இடதுசாரிகளாக மாறிவிடுவார்கள்.

எனது சிந்தனை என்னவெனில், அந்த வார்த்தைகள் உண்மையின் நிதர்சனமான கூற்றை உயர்த்திக் காட்டியது. இரண்டாவது, 2008ஆம் ஆண்டு தப்பியோடிய ஏமாற்றுக்காரர்களாகிய ஏராளமான வங்கி யாளர்கள் மீது வழக்கு தொடரப்படவில்லை. அவர்கள் தண்டிக்கப் படவும் இல்லை. அவர்கள் கார்ப்பரேட் குற்றவாளிகள்.

ஜனாதிபதி பராக் ஒபாமா, வால்ஸ்ட்ரீட் உடன் தொடர்ந்து தொடர்பில் இருக்கவும் அதே சமயத்தில் எதுவும் செய்யாமல் இருப்பதற்கும், அவர் உறுதியான தீர்மானத்தை உருவாக்கினார். கீழ்த் தளத்திலிருந்து இயக்கங்கள் நகர்வுகள், அதாவது ஆக்ரமிக்கும் இயக்கங்கள், யாவும் அவர்களது திட்டப்பட்டியல்களிலும் அணுகு முறையிலும் வரையறுக்கப்பட்டு கட்டுப்படுத்தப்பட்டன. மத்திய கிழக்குப் பகுதியில் (மேற்கு ஆசியா) மாபெரும் குடியிருப்பு ஆட்சி களுக்கான இயக்கங்களை பார்க்கவியல்கிறது. அங்கே மக்களாட்சிக்கு எதிரான செயல்பாடுகளைத் தீவிரமாக்குதலே அவற்றின் தேவை. அதைத்

தவிர வேறொரு தேவையும் அவர்களுக்கு இல்லை. அரேபிய கூட்டு ஒருமைப்பாட்டுணர்வு குறித்து எந்த வேண்டுகோளும் முன் வைக்கப்படவில்லை. பல பிரச்சனைகளில் பாலஸ்தீனிய ஆக்க நலம் குறித்துப் பேசப்படுவதில்லை. தாஹ்ரிர் சதுக்க கிளர்ச்சியாளர்கள் இறுதியாக அரசியல் மலர்ந்துவிடும் என தவறாக கணித்து விட்டார்கள். அந்த நேரத்தில், நான் எகிப்திய நண்பர்களுடன் பேசியதை நினைவில் கொள்கிறேன். எகிப்தில் நன்கு ஒழுங்கமைக்கப்பட்ட, பெரியதொரு எதிர்க்கட்சி முஸ்லிம் பிரதர்குட் மட்டும்தான். நீங்கள் எதையும் உருவாக்கவில்லையென்றால், தானாகவே சூழல்கள் நிகழ்ந்தேறும் என்பதை சிந்தியுங்கள், பிறகு நீங்கள் அதிர்ச்சியடையப் போகிறீர்கள். பிறகு, முஸ்லிம் பிரதர்குட் இயக்கமாக உருப்பெற்று, அடுத்த தேர்தலை வென்றெடுத்தது. அது பழைய ஆட்சியமைப்பாளர்களை தோற்கடித்தது, ஆனால் அந்த ஆட்சியமைப்பிற்கு மாற்றான ஆட்சி யமைப்பாக அது அமையவில்லை. அதனால், மாற்று அரசியலுக்கான குறைபாடுகள் கொண்டதாக இடதுசாரி-மக்களாட்சிக்கான மாற்று அரசியலுக்கான குறைபாடு உடையதாகவும் இருந்ததால், அக் குறிப்பிட்ட காலக்கட்டம் மாபெரும் வெற்றிடத்தை உருவாக்கியது.

அமெரிக்காவில் பெர்னி சாண்டர்ஸ் (செனட்டர்) மற்றும் பிரிட்டனில் ஜெர்மி கார்ப்யென் இவர்களிடமிருந்து, புதிய செயல் தொடர்பை உருவாக்க அல்லது புதிய செயல் தொடர்பை மறு உருவாக்கம் செய்ய ஒரு முயற்சி வந்தது, சமீபத்தில். ஜெர்மி கார்ப்யென், தொழிலாளர் கட்சியை தன் கருத்துக்கு இணக்கம் கொள்ளுவிதமாகச் செய்தார். ஆனால் அவர் இப்பொழுது அக்கட்சியி லிருந்து நீக்கப்பட்டுள்ளார். ஏதோவொரு வகையில், இவர்கள் முயற்சி செய்தார்கள், ஆனால் அவர்கள் இன்னும் வெகுதொலைவை சென்றடைய வேண்டிய தேவை உள்ளது.

மூன்றாவதாக, அரசியல் சக்திகள் கீழ்மட்ட நிலையில் இருக்கும் மக்களுக்கு ஏராளமான சலுகை உரிமைகளை குறிப்பாக அளிக்க விரும்புவதில்லை. அவர்கள் மீதாக மிகப்பெரிய அழுத்தங்கள் ஏதும் இல்லாத பட்சத்தில் அவர்கள் அதை செய்யத் தேவையாக இருப்ப தில்லை என அவர்களே கூட அப்படி உணர்கிறார்கள். அதனால் அவர்கள் கீழ்மட்டத்து மக்களுக்கு நிறைய உரிமைகளை கொடுக்க வில்லை. இந்தியாவில், சில விஷயங்களை அரசியல் சக்திகளால் ஒருங்கிணைத்துவிட இயலும் வகையில் அமைந்த இந்நாட்டில், CPI(M) கட்சியானது நூற்றுக்கணக்கான, ஆயிரக்கணக்கான உறுப்பினர் களையும் ஆதரவாளர்களையும் பெற்றிருப்பதை நான் எப்பொழுதும்

உணர்கிறேன். பாராளுமன்ற அரசியலுடன் அந்தக் கட்சி விரைப்பாக ஒட்டிக்கொண்டிருப்பதற்குப் பதிலாக அது கீழ்மட்டத்து மக்களை ஒருங்கிணைக்கத் தொடங்க வேண்டும். அது கடினமானதாக இருந்திருக்கும். மேற்கு வங்காளத்தில் மம்தா பானர்ஜி அதிகாரத்திற்கு வந்திருக்க முடிந்ததற்கான இன்றியமையாத காரணம் அடக்குமுறையின் வழியாகவோ அல்லது அதுபோன்ற வேறெந்த வழிமுறைகளிலோ அல்ல. அதன் காரணம் யாதெனில், CPI(M)-ன் மரபார்ந்த அதன் ஆதரவாளர்கள் அந்தக் கட்சியை கைவிட்டனர் என்பதால்தான். இந்த அரசியல் தகர்வுக்கான ஒரு காரணம், மேற்கு வங்காளத்தில் CPI(M) கட்சியானது, மற்ற வழக்கமான பாரம்பரிய கட்சிகளைப் போலவே இயங்கத் தொடங்கியதுதான். அந்தக் கட்சி அதற்குரிய சொந்த அடித்தளத்தை, சொந்த ஆதரவாளர்களைப் பெற்றிருந்தது. எந்த ஒரு மன எழுச்சியும் அதில் இருக்கவில்லை. அவர்களும் மற்றவர்களைப் போலவே இருந்தார்கள். அதனால் அவர்களுக்கு இழப்பு ஏற்பட்டது. இந்தக் கருத்தை ஏற்க மறுப்பது நேர்மையாகாது. CPI(M) இயக்கத்தில் நான் மிகவும் நேசிக்கக்கூடிய நிறைய நண்பர்கள் உள்ளனர். ஆனால், அவர்கள் தோல்விக்கான காரணத்தை முறையாகப் பகுத்து ஆராய்வதற்கு முயற்சி செய்வார்கள் என்பதை நான் நம்புகிறேன். இதை நீங்கள் செய்யாவிடில் புதிய மக்கள் இதை நோக்கி நகர்ந்து வருவதில் மற்றும் இதைநோக்கி வரவிழையும் எந்த ஒருவருக்கும் அது கடினமானதாகி விடும். எதனால் பிழையாகிப்போனது என்பதை நேர்மையாகவும் நல்ல முறையிலும் பகுத்து ஆராய்தல் மிகத் தேவையாக உள்ளது. ஆனால் அதற்கான காலம் கடந்து போயிருக்கலாம். மொத்தமாகச் சொல்வோமானால், இத்தகைய காரணங்களால், 2008-ல் அந்த அமைப்பிற்கு மிக அதிக நிலைகுலைவுகள் ஏற்படவில்லை.

புதுமை தாராளவாதம் மற்றும் உலகமயமாக்கல் இவற்றிற்கு எதிரான சொல்லணிகளை இடதுசாரி அரசியலாளர்கள் மட்டும் பயன்படுத்த வில்லை, வலதுசாரிகளும் அத்தகு சொல்லணிகளை பயன்படுத்து கிறார்கள் என்பது ருசிகரமான ஆர்வமூட்டக் கூடிய விஷயம். ட்ரம்ப் கொண்டுவந்த உள்நாட்டுத் தொழில் பாதுகாப்பு இதற்கு நல்ல உதாரணம். நமக்கு இப்பொழுது காணக்கிடைப்பது, நிறைய நாடுகளில் சாதாரண மக்கள் வலதுசாரித் தலைவர்களின் பின்னால் போவது, மற்றும் அந்தத் தலைவர்களின் "புதுமை தாராளவாத பொருளாதாரப் பார்வை, - எதிர்ப்பு" மற்றும் "உலகமயமாதல், - எதிர்ப்பு" ஆகிய சொல்லணிகளை நம்பிக்கையின் அடிப்படையில், கொள்கையாக ஏற்பதையும் நாம் பார்க்கிறோம். ஆனால், அதிகாரத்தின் செயல் மையங்களை அடைந்த பிறகு அதே வலதுசாரித் தலைவர்கள் மிக

மோசமான புதுமை தாராளவாத பொருளாதாரக் கொள்கைகளின் பாதையிலேயே செல்கிறார்கள். இதை எப்படி விளக்குவீர்கள்?

நான், தொடக்கத்தில் விளக்கிச் சொன்னது போலவே, இடதுசாரி அரசியல் கனமான தாக்குதல்களால் பாதிப்பு அடைந்துள்ளது. உரிமைகளையும் சலுகைகளையும் பெற்றுத் தருவதற்கு இடதுசாரிகளிடம் எந்த மாற்று உபாயங்களும் இல்லை என மக்கள் நினைக்கிறார்கள். இடதுசாரி அமைப்பிற்குள் இருக்கும் மக்களோ, சோவியத் யூனியன் ஏன் சிதைவடைந்தது, எப்படி நொறுங்கியது என்பது குறித்து ஒருவரோடு ஒருவர் விவாதித்துக்கொள்ள இயலும். புவிக்கோளத்தின் மீதிருக்கும் கோடிக்கணக்கான மக்கள் சோவியத் யூனியனின் சீர்குலைவை சோஷியலிசத்தின் பெருந்தோல்வியாக உட்கிரகித்திருக்கிறார்கள். ஒருவருக்கு இந்த பகுத்தாராய்தல் விருப்பமில்லாமல் இருக்கலாம். ஆனால் பொதுப்படையான பார்வை யாதெனில், ஒரு குறிப்பிட்ட அரசியல் இயக்க அமைப்பு தோல்வி கண்டிருக்கிறது. எனினும், அத்தகைய பெருந்தோல்வியிலிருந்து அது தன்னை மீட்டெடுத்துக்கொள்ள நீண்ட கால அவகாசம் அதற்குத் தேவைப்படும். அந்த நேரத்தில், வரலாறு நிறைவடைதலின் கோட்பாடுகளோடு மக்கள் தொடர்ந்து சென்று எட்டுவார்கள்.

இடதுசாரிகளுக்கு அல்லது முற்போக்குக் கட்சிகளுக்கு அல்லது சோஷியல் ஜனநாயகக் கட்சிகளுக்கு வழக்கமாக வாக்களிக்கும் ஏராளமான மக்கள் அவர்களது மனதை மாற்றிக் கொண்டார்கள். அவர்கள் அரசியலற்றவர்களாக இருப்பதை நோக்கி நகர்ந்துவிட்டார்கள் அல்லது சில விஷயங்களைப் பொருத்தமட்டில், ஒருவேளை, அவர்கள் வலதுசாரிக் கட்சிகளை நோக்கி நகர்ந்து போய்விட்டார்கள் என்றும் நாம் சொல்லவியலும். உலகத்தின் பல பாகங்களில் அவர்கள் இப்படித்தான் செய்துள்ளார்கள். இந்தியா, வலதுசாரி அரசியலுக்கான நீண்ட அரசியல் வெற்றிகளைப் பெற்றிருக்கிறது. இந்தியாவிலும் அரேபிய உலகத்திலும் வலதுசாரி - சார்பு அரசியல் கட்சிகள் பெரும்பான்மையாக வளர்ச்சி கண்டிருக்கும் அந்தக்கட்சிகள், மதத்துடன் சில வடிவம் மற்றும் அடையாளத்துடன் இணைவு பெற்றுள்ளன. இதற்கான விளக்கம் வெளிப்படையானதுதான். ஆமாம்; ஒரு வெற்றிடம் உருவாகி இருந்தது. இடதுசாரிகள் அந்த வெற்றிடத்தை நிரப்பத் தவறிவிட்டார்கள், அதே சமயத்தில், வலதுசாரிகள் அந்த வெற்றிடத்தை நிரப்பினார்கள்.

அடிப்படையில், சரியாகச் சொல்வதெனில், வலதுசாரி அரசியல் கட்சிகள், புதுமைதாராளவாத நெருக்கடிகளின் சிக்கலைப் பயன் படுத்திக் கொண்டதோடு, உலகத்தின் பல பாகங்களில் அந்தந்த நாடுகள்

பொருளாதார முடிவுகளை தீர்மானித்துக் கொள்வது என்பதை சில வடிவங்களில் சலுகையாக அளித்தார்கள். ஆனால், இதன் விளைவு, குறுகிய எண்ணம் கொண்ட ஆதிக்க வெறியர்களோடு நெருக்கமான தொடர்புகள் உருவாக்கப்பட்டு, சிறுபான்மையினரைத் தாக்குவது, சிறுபான்மை இனத்தவரை இலக்காக்குவது மற்றும் அவர்களை சிக்கல் களுக்கான பலியாடுகளாக ஆக்குவது என வந்து முடிந்தது. பொருளாதாரக் களங்களில் வலதுசாரிகள் சில விளைவுகளைச் செய்தனர். அது புதுமை தாராளமயத்திலிருந்து லேசான நகர்வாக இருந்தது. இத்தாலி தற்பொழுது, மக்களாட்சி அல்லாத, தொழில்நுட்ப வாதிகளால் முன்னெடுக்கப்படும் அரசாங்கம் என்ற நிலையை அடைந்துள்ளது. ஆனால் அதற்கு முன்பாக, அது ஃபாசிஸ்ட்களை உள்ளடக்கிய வலதுசாரிக் கூட்டணி ஆட்சியைப் பெற்றிருந்தது. அவர்கள் வெளிப்படையாக இஸ்லாமியர்கள் மற்றும் அகதிகளுக்கு எதிராகப் பேசுபவர்களாக இருந்தார்கள். அமொரக்காவில், ட்ரம்ப் அதிகாரத்தில் இருந்த காலகட்டத்தில், நிறுவனங்கள் என்ற வகையில் வலதுசாரிகளுக்கு பெரியதொரு மாற்றம் ஏற்பட்டது, பிறகு அந்த மக்கள் பாராளுமன்றத்தையும் இன்ன பிறவற்றையும் ஆக்ரமிக்கத் தொடங்கினார்கள். ஆகவே இது ஒரு உலகளாவிய நகர்வுமாற்றம். உண்மையில் இதை நாம் விமர்சனம் செய்யவேண்டும். ஆனால் அதைச் செய்வதற்கு முன்பாக, ஏராளமான பெரிய நாடுகளின் அரசாங்கங்களில் இத்தகைய சக்திகள் இடம் பெற்றிருக்கிறார்கள் என்பதை அடையாளம் கண்டுகொள்ள வேண்டும் நாம்.

பிரான்ஸ் தேசத்தில், மரினா லி பென் அவர்களால் தீவிர வலதுசாரி அரசியல் கட்சி வழிநடத்தப்படுவதை நாம் பார்க்கிறோம். பிரெஞ்சு பொது உடைமை கட்சிக்கு வழக்கமாக வாக்களித்து வந்த, மரபார்ந்த, ஏராளமான வாக்காளர்களாகிய அம்மக்களை மரினா லி பென் அணிதிரட்டிச் சேர்த்தார். இது ஏனெனில், வலதுசாரிக் கட்சிகள் நம்பிக்கையூட்டுபவர்களாக அம்மக்கள் பார்வைக்கு இருந்தார்கள். அந்தப் பெண் ஏழை மக்களின் தேவைகள் பற்றியெல்லாம் பேசினார். மேலும் இது உலகத்தின் பல பாகங்களில் இருப்பதைப் போன்றதான, உச்சமான மத்திய அரசாங்கங்களை ஏற்றுக்கொள்ள மறுப்பதின் விளைவு ஆகும். அதனுடன் முறிவு உண்டாகி விடுகிறது. இதுபோன்ற விஷயங்கள் மக்களைத் தவறாக வழிநடத்தக் கூடாது என நான் சொல்கிறேன். ஆனால், இந்த நோக்கில் நாம் புரிந்துகொள்ள வேண்டும். நீங்கள் இதைப் புரிந்து கொள்ளாவிட்டால் அது வலது சாரிகளை நோக்கிய மாபெரும் நகர்வை ஏற்படுத்தும். பிறகு நீங்கள் ஒத்திசைவான, நிறைவேற்ற இயலும் விதமான இடதுசாரி அரசியலை வளர்த்தெடுக்க முடியாது.

அகராதிகள் Populism என்பதை, "மேனிலை மக்களைத் தடுப்பதான சாதாரண மக்களின் அரசியல் முயற்சி" என வகைப்படுத்துகின்றன. நிறைய பேர் இடதுசாரி மற்றும் வலதுசாரி Populism என்பதைப் பற்றி பேசுகிறார்கள். Populism என்பதை நீங்கள் எப்படி பார்க்கிறீர்கள்?

Populism என்ற சொல், திரிபடைந்த விதமாக அதன் பொருள் சிதைத்து உபயோகப்படுத்தப்படுகிறது. மேலும் உலகின் பல பாகங்களில் இருக்கும் புதுமைதாராளவாதத்தின் தீவிர மையங்களால் அது ஒரு கொச்சையான சொல்லாகவும் ஆக்கப்பட்டுவிட்டது. வரலாற்று ரீதியாகப் பார்த்தால், Populism என்ற சொல் மாபெரும் இயக்கங்களை விளக்கமாக வரையறுத்துச் சொல்லவே பயன்பட்டிருக்கிறது. அந்த சொல் உழைக்கும் மக்களை குறிப்பிட்டுச் சொல்லும் விதமான சிறப்புச் சொல்லாக தொடர்பு பெற்றிருக்கவில்லை. அதனால், அர்ஜன்டைனாவில் பெரோன்களின் காலக்கட்டங்களால், மாபெரும் பெரும்பான்மை இயக்கம் இருந்தது என்பதை நீங்கள் சொல்லும் பொழுது அதன் பொருள், உழைக்கும் மக்களை உள்ளடக்கிய பெருந்திரளான மக்கள் கொண்ட இயக்கம் என நாம் அதை விளங்கிக் கொள்ள வேண்டும். சின்னஞ்சிறிய நடுத்தர வாணிகக் குடிகள் கூட தேசிய நோக்கங்களுக்காக அணிதிரட்டப்பட்டனர். சாதாரண மக்கள் அரசியலில் பங்கெடுத்துக் கொள்வதற்கு எதிரான அடையாளமாக புதுமை தாராளவாதிகள் Populism என்ற சொல்லாடலை வலிமையாகப் பயன்படுத்தியிருக்கிறார்கள். தென் அமெரிக்காவின் அனைத்து ஆட்சியமைப்புகளும் Populist என சொல்லப்படுவது ஏன்? இது ஏனெனில், கூடுதலாக தேர்தல் வகையில் வெல்வதற்காக, அவர்கள் ஏராளமான மக்களை அணிதிரட்டி அதைச் சாதித்தார்கள். 20ஆம் நூற்றாண்டில் இது இயல்பான விடயமாக இருந்தது. பெருந்திரளான மக்கள் அரசியலில் பங்கு கொண்டனர்.

இப்பொழுது அது ஊக்கப்படுத்தப்படவில்லை. ஆகவே, பாராளு மன்றத்திற்கு புறம்பானது என்பதை சொல்வதற்காக அந்த சொல் மறுகண்டுபிடிப்பு செய்யப்பட்டிருக்கிறது. தென் அமெரிக்காவில் அவர்கள் அந்த சொல்லை இடதுசாரிகளுக்கு எதிராகவும், ஐரோப்பாவில் அவர்கள் அதை தீவிர வலதுசாரிகளுக்கு எதிராகவும் பயன்படுத்து கிறார்கள். எனது பார்வையில் இது ஒரு மலட்டு விவாதம். இந்த விவாதம் உருவாக்கப்பட்டிருக்கும் காரணம், இடதுசாரி இயக்கங்களைச் சேர்ந்த மக்கள், அவர்கள் செய்யப்பட வேண்டியது குறித்து, அவர்களை குழப்பமடையச் செய்யவே இது உருவாக்கப்பட்டிருக்கிறது. நீங்கள் Populism என்ற சொல்லின் அடிப்படையில் பொருள் கொண்டால், பெருந்திரளான மக்களின் அரசியல் பங்கெடுப்பு எனப் புரிந்து கொள்ள வேண்டும். நாம் அதற்கு ஆதரவளிப்போம். வட்டிக்குப் பணம் தரும்

வங்கியாளர்களை அரசியலில் தடுப்பது மற்றும் பாராளுமன்றத்தில் சம்பளம் பெறும் ஊழியர்களாக அரசியல்வாதிகள் ஆகிவிடுவதை தடுப்பது என்பதைக் காட்டிலும் அது மிகவும் நலம் பயக்கக்கூடியது தான்.

பிரிட்டன் ஐரோப்பிய ஒன்றியத்திலிருந்து பிரிந்து வெளியேறிவிட்டது. நீங்கள் ஐரோப்பிய ஒன்றியம் குறித்த கூர்மையான விமர்சகர். கிரேக்கப் பொருளாதார அறிஞர் யானிஸ் வரொவ்ஃபக்கிஸ் போன்றவர்கள் பிரிட்டன், ஐரோப்பிய ஒன்றியத்தில் இருந்தபொழுது, அந்நாட்டிற்கு ஆதரவான நிலைப்பாடு கொண்டிருந்தனர். உங்களைப் பொருத்த மட்டில், ஐரோப்பிய ஒன்றியத்தின் கட்டமைப்பு சார்ந்த பிரச்சனைகள் என்ன? அதன் எதிர்காலம் எப்படி இருக்கும்?

ஐரோப்பிய ஒன்றியம் ஒரு வலுவான மக்களாட்சி அமைப்பாக இல்லை. எனக்கும் வரொவ்ஃபக்கிஸ் அவர்களுக்கும் அதில் எந்த மாறுபட்ட கருத்தும் கிடையாது. ஒரே கேள்வி எதுவெனில், நீங்கள் சண்டையிடுவது உள்ளே இருந்தா அல்லது வெளியில் இருந்தா என்பதுதான். எனது கருத்து, ஜெர்மானியர்கள் மற்றும் பிரெஞ்சுக் காரர்கள் இவர்கள் ஐரோப்பிய ஒன்றியத்தை மிதமிஞ்சி அதிகாரம் செய்கிறார்கள். ஜெர்மனி, குறிப்பிடத் தகுந்த விடயங்களில், உறுதியும் இறுதியுமான தீர்மானங்களை உருவாக்குகிறார்கள். சில சமயங்களில் பிரெஞ்சுக்காரர்கள் கூட ஜெர்மானியர்களுடன் ஒத்துப்போவதில்லை. ஐரோப்பிய நாடாளுமன்றம் என்பது முற்றும் முழுவதுமாக ஒரு நகைச்சுவை அரங்கம். அதில் பங்குபெற்றிருக்கும் அரசியல்வாதி குழுக்கள் மிகக்குறைந்த எண்ணிக்கையில் தேர்ந்தெடுக்கப்பட்டவர்கள் என்பதோடு அவர்கள் மிகப்பெரிய ஊதியங்களைப் பெற்று நல்வாழ்க்கையையும் நல் அதிர்ஷடத்தையும் பெற்றவர்களாக இருக்கிறார்கள். அதற்கு எந்த அதிகாரம்கூட இல்லை. ஜெர்மனியின் கீழமைந்து அதிகாரம் செய்யப்படும், மைய அதிகாரம் குவிக்கப்பெற்ற, பணித்துறை ஆட்சியாளர்களின் மாபெரும் அமைப்பால் ஐரோப்பிய ஒன்றியம் திறன்வலிமையுடன் நடத்தப்படுகிறது. ஜெர்மனி மட்டும் தான் தனித்த மிகு அதிகாரம் கொண்டதாக ஐரோப்பிய ஒன்றியத்தில் உள்ளது. பிரிட்டன் இதில் உறுப்பு நாடாக இருந்த காலத்திலேயே கூட இதுதான் உண்மை நிலவரம். இது எதற்காகவெனில், ஜெர்மனி இரண்டு உலகப்போர்களில் தோற்கடிக்கப்பட்டது என்பதனால் அது இனி மாபெரும் சக்தியாக விளங்கப்போவதில்லை என பொருள் ஆகாதாம்.

தற்போது கட்டமைக்கப்பட்டிருக்கும் அமைப்பின் பாதை வழியாக ஐரோப்பிய ஒன்றியத்தை ஜனநாயகப்படுத்த இயலாது. அவர்கள்

ஐரோப்பிய ஒன்றியத்தை விரிவாக்கம் செய்யாமல் இருந்திருந்தால் அது மிகுந்த பலன் அளிக்கக் கூடியதாகவும் சிறந்ததாகவும் இருந்திருக்கும். ஆனால், ஜெர்மனி, பிரான்ஸ் மற்றும் பெனிலக்ஸ் (பெல்ஜியம், நெதர்லாந்து, லக்ஸம்பர்க்) நாடுகளுக்கு அதன் உறுப்பினர் அந்தஸ்தை தொடர்ந்து நீடிக்கச் செய்தது மற்றும் ஒரு சோஷியல் ஜனநாயக ஒன்றியத்தை வளர்த்தெடுத்தது. இது 1980கள் மற்றும் 1990களில் நடந்தது போல ஒரு மாற்றமாக இது நடக்கவில்லை. ஜெர்மானியர் களால் வலிமையாக நடத்தப்பட்டுக் கொண்டிருக்கும் ஒரு பரந்த ஒன்றியத்தை நாம் பெற்றிருக்கிறோம். அதற்கு உதவிகரமாக இருப்பவை ஹாலந்து மாதிரியான செயற்கைக்கோள் தேசங்கள். தொலைவில் இருந்தபடி அமெரிக்கா அத்தேசங்களைக் கண்காணித்து வருகிறது. பிரிட்டன் ஐரோப்பிய ஒன்றியத்தில் இருந்தபொழுது, அது அமெரிக்காவின் அறிவுரைகளை வெளிப்படையாகவே நிறைவேற்றி செயற்படுத்தியது. அதனால், அந்நாட்டின் இருப்பை மற்ற நாடுகள் விரும்பவில்லை. பிரிட்டன் வெளியேறிய நிலையில், ஐரோப்பிய ஒன்றியத்திற்குள் அமெரிக்கா தனக்கு நம்பத் தகுந்த ஒரே சக்தியாக எண்ணுவது ஜெர்மனியைத்தான். ஜெர்மனின் ராணுவமயமாக்கம் மற்றும் போர் மனப்பான்மைகளில் புதிய எழுச்சியை நாம் விரைவில் பார்க்கப்போகிறோம் என நினைக்கிறேன். மற்ற கண்டங்களின் நாடுகளிலும் அதன் அரசியல் செயல் திட்டங்களில் அவர்களும் ஒரு பகுதியாளர்களாக இருப்பதற்கான, அகில உலக அரசியல் செயல் திட்டம் என சொல்லப்படுகிற அவற்றில் பங்குதாரர்களாக இருக்க விரும்புவார்கள். அவர்கள் தங்களது ஆயுதங்களை பிறநாடுகளில் விற்பனை செய்யவும் விரும்புவார்கள். மேலும் அவர்கள் மாபெரும் சக்தியாக உருவெடுக்கவும் விரும்புவார்கள். உண்மையில், இதுதான் முதலாளித்துவம் மற்றும் ஏகாதிபத்தியம் இவற்றிற்கான மாறாத நியதி.

ஆம், ஐரோப்பிய ஒன்றியம் என்ற வகையில் சில நல்ல விடயங்கள் உள்ளனதான். ஐரோப்பிய ஒன்றியத்தின் உள்ளே பயணம் செய்வதற்கு உங்களுக்கு விசாவோ கடவுச்சீட்டோ தேவைப்படாது. பயணம் செய்தல் மிகவும் எளிதானது. ஆனால் ஐரோப்பிய கூட்டாண்மையின் யோசனையின் அடிப்படையானது ஐரோப்பிய கூட்டாண்மை அல்லாத பொது நாணய மதிப்பு என்பது அர்த்தமுள்ளதாகாது. கடமையாற்ற பொறுப்பேற்றுக்கொண்ட ஒரு மைய மாகாணம் அல்லாமல் நாணயம் என்பதை எவர் ஒருவரும் நிர்வகித்ததாக வரலாறு இல்லை. மற்ற நாடுகளும் ஐரோப்பிய யூனியனிலிருந்து பிரிந்து போகாமல் அந்த யோசனைதான் தடுக்கிறது. பிரிட்டனால் விலக முடிந்தது, உண்மையில் எளிதாக அல்ல, ஏனெனில் அது பவுண்ட் ஸ்டெர்லிங்கை ஒருபோதும்

விலக்கிக் கொள்ளவில்லை. கிரேக்கம் தனது நாணய மதிப்பை புத்தாக்கம் செய்ய, தனிப்பட்ட முறையில், ஆலோசனை செய்தது. அந்த காலக்கட்டத்தில் அவர்களுக்கு ஐரோப்பிய ஒன்றியத்துடன் மோதல் இருந்தது. அவர்கள் அதைச் செய்திருக்க இயலும், ஆனால், பிறகு அமைந்த, அலெக்ஸிஸ் சிப்ரஸ் அரசாங்கம் முழுமையாக சரணாகதி அடைந்தது. கிரேக்கத்தில் இதன் அரசியல் விளைவுகள் எப்படி மாறிய தென்றால், வலதுசாரிகளை நோக்கிய நகர்வாக இருந்தது. அதனால் பொது நாணய மதிப்பு என்ற வகையில், அது சிறிய நாடுகளுக்கு, மிகவும் கடினமானதாக ஆகிவிடுகிறது. ஐரோப்பிய ஒன்றியத்தில் இருந்து விலகினாலும் கூட அது கடினமானதுதான். அந்த விலகல் தற்செயலாகவும் முக்கிய காரணங்களுக்காகவும் இருக்கலாம் என்றாலும் கூட. இங்குள்ள நாடுகளின் ஏராளமான மக்கள் ஐரோப்பிய ஒன்றியத்தின், ஈரோ பணமதிப்புடன் இணைவு கொண்டுள்ளார்கள். அவர்களது ஓய்வூதியங்கள் மற்றும் முதலீடுகள் யாவும் ஈரோவில் உள்ளன. அவர்களது பணமதிப்பை பாதிக்கும் எந்தவொரு விடயத்தையும் அவர்கள் விரும்பமாட்டார்கள். இந்தப் பண்புதான், ஐரோப்பிய ஒன்றியத்தை ஒருங்கிணைத்து வைத்திருக்கிறது, பிரிட்டன் பிரிந்து சென்ற பிறகும் கூட.

மற்றொரு வகையில், பிரதான பிரச்சனைகள் என்று சொல்லப் படுகிற மனித உரிமைகள் மற்றும் அதை ஒத்த விடயங்கள் உள்ளன. மேலும் ஹங்கேரி மற்றும் போலந்து நாடுகளின் அரசாங்கங்கள் சமூக நடவடிக்கைகளைப் பொருத்தமட்டில் மிகவும் வலதுசாரித் தன்மை கொண்டவர்கள். ஆனால் அதைக் குறித்து ஐரோப்பிய யூனியன் எதுவும் செய்ய இயலாது. யுகோஸ்லாவியாவின் முன்னாள் மாநிலங்கள் இப்பொழுது ஐரோப்பிய ஒன்றியத்தின் காலனிகளாக திறம்பட மாறி உள்ளன. ஹெர்ஸிகோவினா, குரோஷியா அல்லது ஸ்லொவெனியா இந்நாடுகளையெல்லாம் நீங்கள் பார்த்தீர்கள் எனில், இவையெல்லாம் ஐரோப்பிய ஒன்றியத்தின் காலனிகளாக திறம்பட ஆகியதோடு அந்நாடுகள், ஜெர்மனி விரும்புவதை செய்துகொண்டிருக்கிறார்கள். ஐரோப்பிய ஒன்றியம் தங்கத் தரநிலை உடையது என்பது எப்பொழுதும் குப்பையான விஷயம்தான். இது மிகமிக உண்மை என நிரூபணம் செய்யப்பட்டிருக்கிறது.

சர்வதேச நாணய நிதியம் IMF மற்றும் உலக வங்கி இவை உருவாக்கப் பட்ட காலத்திலிருந்தே அகிலம் முழுமையுமான பொருளாதார நடவடிக்கைகளில் முக்கியப் பங்கு ஆற்றிவருகிறது. நீங்கள் இந்த இரண்டு நிறுவனங்கள் குறித்தும் விமர்சனம் செய்பவர். அவர்களைக் குறித்த உங்களின் பகுப்பாய்வு எத்தகையது?

மேற்குலகம், உலகத்தின் பிற நாடுகள் மேல் சுமத்தக்கூடிய முதலாளித்துவ பொருளாதார உத்தரவுகளை துப்புரவாக நிறைவேற்றத் தீர்மானிக்கும் சிக்கல் மையங்களாக இந்த இரண்டு நிறுவனங்களும் உள்ளன. இந்நிறுவனங்கள் நெருக்கடியான நிலையில் இருப்பதற்கு இதுவே ஒரு நல்ல காரணம்தான். அவர்களது பிரச்சாரம் மற்றும் அறிக்கைகள் எல்லாம் ஒரு பக்கம் இருந்தபோதிலும் அவர்களது உறுப்பு நிறுவனங்கள் உதவிபுரிவதெல்லாம் உயர்குடிக் குழுக்கள் மற்றும் அத்தகைய உயர்குடிக் குழுக்களுக்கு நெருக்கமானவர்களுக்குத்தான். சில சமயங்களில், உலக வங்கி ஏழைகளுக்கு உதவும் திட்டங்களில் பணம் போடுகிறது. ஆனால் இது பஞ்சத்திற்கு ஏதோ உதவுவதுபோல, அங்கு கொஞ்சம் இங்கு கொஞ்சமாக ஏழைகளுக்கு உதவுகிறது. நாடுகளைக் கட்டமைப்பு அடிப்படையிலும் வளர்ச்சித் திட்டங்கள் அடிப்படையிலும் சக்தி யுடையவர்களாகச் செய்து அவர்களை முன் நகர்த்தும்படியாக எதையும் இந்த இரண்டு அமைப்புகளும் செய்யவில்லை. ஏழைகளை வதைப்பதின் வழியாக முதலாளித்துவத்தின் நிலைத்த தன்மையை நிர்வகித்து உறுதிப்படுத்துவதற்கான உபகரணங்கள்தான் இந்த அமைப்புகள். இதுதான் உண்மை. அவர்கள் இரு அமைப்பினரும் ஒருவருக்கொருவர் சண்டையிட்டுக்கொள்ளும்பொழுது, அது என்னை மிகவும் உற்சாகப் படுத்தும். அவர்கள் அச்சமயங்களில் விவாதித்துக்கொண்டும் சண்டையிட்டுக்கொண்டும் இருப்பார்கள். ஏனெனில், கோவிட்-19 மற்றும் கதவடைப்பு இவற்றிற்குப் பிறகு பொருளாதார நிலைமை கொஞ்சம் குழப்பத்தில்தான் உள்ளது. இவை நடுநிலையான அமைப்புகள் அல்ல. அவர்கள் மேற்குலக நாடுகளுக்கு, அதிலும் குறிப்பாக அமெரிக்காவிற்கு சேவை புரிபவர்களாக இருக்கிறார்கள்.

அமெரிக்கா உலக வங்கியை நடத்துகிறது. மேலும் IMF ஐரோப்பியர்களை பங்குதாரர்களாகப் பெற்றுள்ளது. வெளிப்படையாக நாம் பேசுவோமானால், நாம் முறையான மற்றும் உண்மையான உலகளாவிய நிறுவன அமைப்பைப் பெற்றிருந்தோமானால், அது ஏழைகளுக்கு உதவுவதில் ஆர்வம் காட்டும்படியான சேவைகளில் ஈடுபடக்கூடியதாக இருக்கும். அது நியூயார்க்கை அடித்தளமாகக் கொண்டு இயங்காது. அது ஆசியாவிலோ அல்லது ஆப்பிரிக்காவிலோ அதன் அடித்தளத்தைக் கொண்டு இயங்குவதாக இருக்கும்.

குடியேற்றம் என்பது ஐரோப்பாவில் பற்றி எரியும் பிரச்சனையாக உள்ளது. ப்ரக்ஸிட் வாக்கெடுப்பு சமயத்தில் குடியேற்ற-எதிர்ப்பு என்பது வலிமையான உணர்வாக வேலை செய்ததை குறித்து பலர் விரிவாகப் பேசியுள்ளனர். இந்தப் பிரச்சனையில் உங்களது பார்வை எத்தகையது?

பத்திரிக்கையாளர் பேட்ரிக் கக்பர்ன் சொல்லியிருக்கிறாரே, ஐரோப்பியர்கள் அவர்களது வெளியுறவுக் கொள்கைகளைப் பொருத்த மட்டில் மறுக்கும் நிலைப்பாடு உடையவர்களாக இருக்கிறாகள் என...

பிரிட்டன் ஐரோப்பிய ஒன்றியத்தில் உறுப்பாக இருந்த காலத்தில் மலிவு ஊதிய தொழிலாளர் தொகுதியின் அளவு கொஞ்சம் தீவிரமான உணர்வெழுச்சியை உருவாக்கியது உண்மைதான். இதற்கான அடிப்படை அப்பொழுதுதான் ஏற்பட்டது. அதிலும், முக்கியமாக நாட்டின் வடக்குப் பகுதியில், வெளிநாட்டுத் தொழிலாளர்களால் அவர்களது வேலைகள் எப்படியெல்லாம் பறிக்கப்பட்டது. இதுவே மிகச்சரியான காரணம் அல்ல. ஆம், சில வகைகளில் அது உண்மைதான் என்றாலும், அவர்களது வேலைகள் பறிபோனதற்கான காரணம், அவர்கள் மார்க்ரெட் தாட்சருக்கு வாக்களித்து, மூன்று தடவைகள் அதிகாரத்தைப் பெற்றுத் தந்தனர். தாட்சர் நாட்டைத் தொழிற்சாலைகள் அற்றதாக ஆக்கினார். அதுவே அவர்களது பிரச்சனைக்கான மையக்கரு.

போலந்து, ரொமானியா மற்றும் ஐரோப்பாவின் பல பாகங்களி லிருந்தும் நுழைந்த குடியேறிகள், மலிவு உழைப்பாளர்களின் தேவையைப் பூர்த்திசெய்பவர்களாக இருந்தார்கள். அவர்கள் பிரிட்டனின் முதலாளித்துவவாதிகள் தரும் ஊதியத்திற்கு வேலை செய்ய ஆயத்தமானார்கள். உள்நாட்டு மக்கள் யூனியன் கட்டமைப்பைக் கடந்து வேலை செய்யத் தயாராக இல்லை என்ற நிலைப்பாட்டில் இருக்கையில், முதலாளிகளுக்கு இந்த அற்புத நிகழ்வு ஏற்படுகிறது. அந்நிய நாட்டிலிருந்து குடியேறிய தொழிலாளர்கள் மீதான வெறுப்பு என்பது முழுவதும் இனம் சார்ந்தது அல்ல. போலந்து மக்கள், பிரிட்டன் மக்களைக் காட்டிலும் வெள்ளையர்கள் அல்ல என்ற போதிலும், அவர்களும் வெள்ளையர்கள்தான். ஆனால், அவர்களே பல நிலைகளில் முக்கிய இலக்குகளாக ஆகியுள்ளனர். மேலும், மற்றைய, கிழக்கு ஐரோப்பிய குடியேறிகள் மற்றும் ரொமானியர்கள் கூட இலக்காக்கப்பட்டுள்ளனர். இப்படியாக, குடியேற்ற மக்கள் மீதான விரோதம் வெவ்வேறு வடிவங்கள் கொண்டதாக உள்ளன.

பிறகு, மத்திய கிழக்குப் (மேற்கு ஆசிய) பகுதிகளிலிருந்து வரும் அகதிகள் மீதான இஸ்லாமிய வெறுப்பு மற்றும் விரோதம். இந்தக் குடியேற்றங்கள் எல்லாம் அமெரிக்காவும் அதன் கூட்டணி நாடுகளும் 9/11 காலகட்டத்திலிருந்து உருவாக்கிய ஆறு யுத்தங்களுடன் தொடர்பு கொண்டது. இந்த யுத்தங்களின் விளைவாகவே, இத்தகைய அகதிகள் வந்தார்கள்.

ஆப்கானிஸ்தானில் என்ன நடந்துகொண்டிருக்கிறது என்பதைப் பாருங்கள். 20 ஆண்டுகால ஆக்ரமிப்பு ஆட்சி நிறைவுக்கு வந்திருக்கும் நிலையில், அந்த ஆக்ரமிப்பு ஆட்சியாளர்களுக்கு ஒன்றிணைந்து உழைத்த ஏராளமான ஆப்கானிஸ்தானிய மக்கள் இப்பொழுது அகதிகளாக ஆகியுள்ளார்கள். மேற்குலகம் நோக்கி குடியேற முயற்சிக்கும் இந்த மக்களை யார் குற்றம்சாட்டி குறைசொல்ல முடியும்? அவர்களின் தேசத்தை மேற்குலகம் நாசம் செய்து அழித்துவிட்டதால், அவர்கள் அந்நாட்டை விட்டு வெளியேறுகிறார்கள். படையெடுப்பு சமூகக் கட்டமைப்புகளை சிதைத்துவிட்டது. மேலும், உண்மையில், சிறு குழுக்களின் சிறப்பு ஊாமைகளையும் அழித்துவிட்டது. இந்த மக்களும் இன்னும் பலரும் அகதிகளாக வெளியேற விரும்புகிறார்கள். ஆகவே, இதன் பிரச்சனையானது மேற்குலக சக்திகள் உருவாக்கிய போர்களினால் உருவானது. பத்து லட்சம் சிரியா அகதிகள் மீதான அங்கேலா மெர்கெல்லின் தீர்மானம் குறிப்பிடத் தகுந்தது. மேலும் அது வியப்புக்குரியது, நாடகத்தன்மை கொண்டது. ஏனெனில், ஜெர்மனியில் மிக உக்கிரமாக அதை உருவாக்கியவர்கள் தீவிர வலதுசாரித் தன்மை உடையவர்கள். பிறகு அனைத்து முகமூடிகளும் கழன்றன. இதற்கான தீர்வு, மற்ற நாடுகளை வெல்வதற்கான போர்களை நிறுத்திக் கொள்வது தான். படையெடுப்பின் ஆக்ரமிப்பு செய்யப்பட்ட இந்த நாடுகளைச் சேர்ந்த மக்கள் எங்குதான் புகலிடம் தேட முயற்சிப்பார்கள்? அவர்களது நாட்டின் மேல் போர் உருவாக்கம் செய்த நாடுகளைத் தவிர்த்து? இப்படிச் சொல்லப்பட்டிருக்க முடியும்: ஒவ்வொரு தடவையும் மேற்குலகம் தான் போரை உருவாக்குகிறது. இந்த நாடுகளைச் சேர்ந்த மக்களால் சொல்ல முடிவது, இந்தப் போரின் விளைவாக குறைந்தபட்சம் இரண்டு அல்லது மூன்று மில்லியன் அகதிகள் உருவாகிறார்கள். அதனால், போர் தொடுக்கும் அனைத்து நாடுகளும், அகதிகளை விகிதாச்சார அடிப் படையில் பிரித்து, அழைத்துக்கொள்ளட்டும். இத்தகைய போர் தொடுக்கும் சக்திகள் இந்த அறிவிப்பைச் செய்யட்டும். அப்புறம் அவர்கள், எந்தளவு மக்கள் ஆதரவைப் பெறுவார்கள் என்பதை நாம் பார்ப்போம். ஆனால் அவர்கள் அப்படி ஒருபோதும் சொல்லமாட்டார்கள்.

ஆயுதமாகச் செயற்படும் ஊடகங்கள்

உலகத்தில் மாற்றமடைந்து கொண்டிருக்கும் ஊடகக் களங்கள் குறித்து உங்களது ஆராய்ச்சி எத்தகையது, மிக முக்கியமாக மேற்குலக ஊடக சக்திகளின் ஆதிக்கம் குறித்து?

ஊடகங்கள் குறித்து நாம் பேசும்பொழுது, தொலைக்காட்சி மற்றும் வானொலி இவையெல்லாம் 20ஆம் நூற்றாண்டு ஊடகங்கள்.

19ஆம் நூற்றாண்டின் பத்திரிகை உலகம் என்பது அச்சு ஊடகம். அதில் செய்தி ஏடுகளும் வார மாத இதழ்களும் கோலோச்சிக்கொண்டிருந்தன. உண்மையில், மூலதனம் என்ற வகையில், அதிக அளவிலான செய்தி ஏடுகளை விற்பனை செய்வதற்காக, வரையறுக்கப்பட்ட அளவான தகவல் களையும் அதே சமயத்தில், தொலைக்காட்சி கலாச்சாரத்தின், போலி செய்து உருவாக்கப்பட்ட ஆபாச வகைமாதிாகளையும் செய்தி ஏடுகளில் வழங்குவதற்கு, பத்திரிகை முதலாளிகள் எண்ணம் கொண்டனர். இந்தியாவில், 1960கள் மற்றும் 1970களில் 'த டைம்ஸ் ஆப் இண்டியா' ஒரு நல்ல செய்தி ஏடாக இருந்தது. அது வலிமையான பத்திரிகையாளர் களைக் கொண்டிருந்தது. அது விமர்சனக் குரல்கள் கொண்டிருந்தது. அந்த, அதே செய்தி ஏடானது முழுமையாக சீர்கேடு அடைந்தது. இது எல்லாவற்றிற்கும் பொருந்தும். இந்நிலை நோக்கி அது போனதற்கான படிநிலைகளை ஒருவர் புரிந்து கொள்ளவேண்டும். அதன் பிம்பம் குறித்து நிரம்பி வழிந்த அதிகாரம் அதை அந்த நிலைமைக்கு இட்டுச் சென்ற படிநிலைகள் ஆகும்.

மேற்குலகின் பழமையான செவ்வியல் ஊடகத்தின் ஆதிக்கம் மற்றும் 20ஆம் நூற்றாண்டின் கடைசி இரண்டு பத்தாண்டுகளில் தொலைவு நாடுகள் மிக சக்தி கொண்டவையாக ஆகிவிட்டதாக போலி செய்த அதன் பாசாங்கு.

ஆனால், முக்கியமாக 9/11ற்குப் பிறகு அது மற்ற குரல்களால் மிக மிக சவால்களைச் சந்திக்கத் தொடங்கியது. பிம்பத்தின் நிரம்பி வழிந்த சக்தியால் உருவாக்கப்பட்ட மேற்குலகு சேனல்களை சவாலுக்கு உள்ளாக்கியவை அல் ஜசீரா மற்றும், பிறகு, டெலி SUR ஆகியவை. இந்த தொலைக்காட்சி சேனல்கள் மக்களிடம் மாற்று வகை கருத்துருக்களை உருவாக்குவதற்காக அமைக்கப்பட்டவை. அமெரிக்கா இதை விரும்ப வில்லை. அல் ஜசீரா மிக கனமான அழுத்தங்களின் கீழ் இருந்தது. நீங்கள் இதனுடன் இதையும் சேர்த்துக் கொள்ளலாம். இணைய வலைதளங்களின் தோற்றம், மக்கள் தாங்கள் எழுத விரும்பியவைகளை எழுதிவிட இயலும் என்பது மேற்குலக ஆதிக்கத்திற்கு இன்னொரு சவால்.

'ஒப்புதல்களின் உற்பத்தி' என்னும் வருடங்களிலிருந்து, 'மறுப்புகளின் உற்பத்தி' என்னும் வருடங்களை நோக்கி நாம் நகர்ந்து விட்டோம். ஒப்புதல்களின் உற்பத்தி என்பதைப்போல அது புகழடையாமலும் வெற்றிகரமாக இல்லாமலும் இருக்கலாம். ஆனால், குறைந்தபட்சம் அது இருந்து கொண்டிருக்கிறது.

அவ்வப்போது, நிகழும் போர்கள் போன்ற பெரும் நெருக்கடி காலங்களிலும் மற்றும் கிளர்ச்சிகளின் காலங்களிலும் BBC அல்லது

CNN மற்றும் அதுபோன்ற சேனல்களை பார்ப்பது உபயோகமற்றது. நீங்கள் எந்த அமைப்பு மீது கொஞ்சமாவது மரியாதையான சிந்தனை வைத்திருக்கிறீர்களோ, உடனடியாக அவர்களது இணைய இதழ்களுக்குப் போனீர்கள் எனில், அங்கே, மிகச் சரியான பகுப்பாய்வு கிடைக்கும். நான் உருவாக்க முயற்சிக்கும் கருத்து என்னவெனில், ஒப்புதல்கள் உற்பத்தி என்பது ஆட்சியின் அரசின் தேவைகளோடு இணைந்திருந்தன. மேலும் அது எதிர்த்துப் போராடும் இயக்கங்களின் படைகளுக்கு அதாவது அதிகாரம் அற்றவர்களுக்கு எதிராகவும் தொடர்பு கொண்டிருந்தன. டெய்லி மெயில் பத்திரிகையைச் சேர்ந்த ஒரு வலதுசாரிப் பத்திரிகையாளர் சொன்னார், BBCக்காக தான் பதிவுசெய்திருந்த ஒரு தகவல் முற்றிலும் ஒரு பக்கச் சார்பு கொண்டது. மேலும் அந்தத் தகவல் முழுவதும் பொய்யானது. நீண்ட விசாரணைக்குப் பிறகு BBC சொன்னது, அந்த பத்திரிகையாளரின் விமர்சனம் சரியானதுதான். மேலும் வெளியாகிய அந்த தகவல் ஏற்றுக்கொள்ள இயலாதது. வலதுசாரியைச் சார்ந்த ஒரு பத்திரிகையாளருக்கு இதுதான் அவர்களது பதில். BBC திறம்பட பிரச்சார செயற்களமாக ஆனதின் நிலை மற்றும் அதன் தர அளவு குறித்து வலதுசாரி மக்கள் கூட திகைப்படைந்திருக்கிறார்கள். அது உலகத்தில் நடந்திருக்கும் மாற்றங்கள் மற்றும் நகர்வுகள், இவற்றோடு, உண்மையில், தொடர்பு கொண்டுள்ளது.

சோவியத் ஒன்றியம் நீடித்திருந்த காலத்தில் அல்லது சீனாவின் மறுமலர்ச்சி காலத்தில் மேற்குலகம் தன்னை மாபெரும் சக்தி கொண்டதாக காட்டிக்கொள்ள விரும்பியது, ஏனெனில் அவர்கள் சுதந்திரமான பத்திரிகை அமைப்பைப் பெற்றிருந்தார்கள். அதனால் அங்கே விவாதத்திற்கும் எதிர்கருத்துகளை வெளியிடவும் மிகப்பரந்த இடம் இருந்தது. எதிரிகளை துடைத்தகற்ற, அவர்களுக்கு அது தேவையாக இருக்கவில்லை. அதனால் அவர்கள் பொய் பரப்பினார்கள் அல்லது மிகக் குறைவான எதிர்க்குரல் கருத்துகளை பிரசுரம் செய்தார்கள். இதற்கான செவ்வியல் உதாரணமாக 'த கார்டியன்' செய்தி இதழில் தரக்குறைவான செயல் நடந்தேறியது.

'த கார்டியன்' இதழின் ஆங்கிலப் பதிப்பு, அதன் தகவல் அளிக்கும் தரத்தில், எத்தகைய தகவல் பிரசுரம் செய்யப்படுகிறது மற்றும் எந்தெந்த தகவல் வெளியிடப்படாமல் விடப்படுகிறது. இவையெல்லாம் ஆசிரியர் தலையங்கங்களுக்கு முற்றிலும் மாறுபட்ட நிலையில் மாபெரும் தரக்குறைவான தகவல் வெளியீடாக இருந்தன. சுதந்திரமான இதழ்கள் என்று சொல்லப்படுகிற பத்திரிகைகளில் எல்லாம் இதைத்தான் செய்ய இயலும். ஜனாதிபதி ட்ரம்ப் அவர்கள் FOX தொலைக்காட்சியில், அதன்

புகழ்வாய்ந்த பத்திரிகையாளர் ஒருவரால் நேர்காணல் செய்யப்பட்ட போது, இத்தகைய விநோதமான வேடிக்கை கதைகள் நோக்கி அந்நிகழ்ச்சி சென்றது. நேர்காணல் நிகழ்த்தும் அந்த இளைஞன் அவரிடம், புடின் பற்றி நீங்கள் சொல்ல வேண்டியது என்ன என்று கேட்கிறான். ட்ரம்ப் உறுதியற்ற பதில் சொல்கிறார். பிறகு நேர்காணல் நடத்தும் இளைஞன் சொல்கிறான்: "அவர் ஒரு கொலையாளி." இதற்கு ட்ரம்ப் பதில் சொல்கிறார்: "ஏராளமான கொலையாளிகள் உள்ளனர். நம் நாடு ரொம்ப அப்பாவித்தனமானது என நீங்கள் நினைக்கிறீர்களா?" இது ஏதோ ஒருவகையில் சுதந்திர மன இயல்பு கொண்ட அமெரிக்காவை அதிர்ச்சி அடையச் செய்தது. ஓ! கடவுளே, அவர் நம்மை ரஷ்யர்களுக்கு சமமானவர்களாக பண்ணிவிட்டார்.

கனடா ஆவணப்பட தயாரிப்பாளர் ஒருவரால் ஈராக் யுத்தத்தின் தொடக்கத்தில் எடுக்கப்பட்ட மிக வெளிப்படையான ஆவணப்படம் ஒன்று, ஊடகங்கள் அந்தப் போரை எப்படி படம் பிடித்துக்காட்டின என்பதன் உண்மையை வெட்ட வெளிச்சமாக்கியது. கத்தாரை அடிப்படையாகக் கொண்ட மேற்குலக பத்திரிகையாளர்கள் தந்த காட்சிகள்தான் ஒளிபரப்பப்பட்டன. ஈராக்கின் மீது குண்டுமழை பொழிய வெகுதொலைவில் இருந்து அல்ல, அதே கத்தாரில் இருந்து தான் விமானங்கள் தரைகிளம்பிப் பறந்து சென்றன. ஈராக்கின் பரந்த இடத்தில் குண்டுகள் பொழிய அங்கிருந்துதான் விமானங்கள் பறந்தன. குண்டு பொழிவின் காட்சிகள் பெரிய திரையில் செய்திகளாக வந்து கொண்டிருக்கும்பொழுது, சட்டென மேலும் தகவல்கள் ஒளிபரப்பப் படுகிறது. ஈராக் ராணுவம் சிதைந்துவிட்டதாகவும், பாக்தாத் கைப்பற்றப் பட்டதாகவும். யாரும் விதிவிலக்கற்று ஏறத்தாழ அனைத்து பத்திரிகை யாளர்களும் எழுந்து நின்று கரவொலி எழுப்பி பாராட்டுகளை வெளிப் படுத்தினார்கள். முக்கிய ஊடகங்கள் எங்கே நிலைகொண்டுள்ளன என்பதைக் குறித்து மாபெரும் புரிதல்களை உண்மையில் இந்த ஒரு காட்சியே உங்களுக்குத் தந்துவிடுகிறது.

முக்கிய ஊடகங்கள் புவிக்கோளம் முழுவதிலும் ஒரு பிரச்சார ஆயுதமாக அவ்வப்போது வேலை செய்கிறது. நோம்சோம்ஸ்கி மற்றும் எட்வர்டு ஹெர்மன் ஆகியோர், முக்கிய ஊடகங்கள், எப்படி யெல்லாம், உள்ள நிலைமைக்கு ஏற்றாற் போல ஒப்புதல்களை தயாரித்து விடுகின்றன என்பதைப்பற்றி பேசியிருக்கிறார்கள். முக்கிய ஊடகங்கள் இதில் பங்காற்றும் விதம் குறித்து நீங்கள் பேச இயலுமா?

அவர்கள் அப்படிச் செய்வது பற்றி எனக்கு ஆச்சர்யம் இல்லை. செய்திகள் பரப்பப்படுவது மற்றும் அந்த தகவல்களை கலை வடிவமாக எவ்வாறு வழங்குவது என்பதற்கான கட்டுப்பாட்டை

பிரிட்டன் உருமாற்றம் செய்திருப்பதாக தெற்கு ஆசிய பத்திரிகையாளர் ஒருவர் ஒரு தடவை என்னிடம் சொன்னார். நாஜியர் ஆட்சியின் காலக் கட்டத்தில் ஜெர்மன் பிரச்சார அமைச்சர் (ஜோசப்) கோயப்பெல்ஸிடம், இந்தக் 'கலை'யை எங்கிருந்து கற்றுக்கொண்டீர்கள், என்று கேள்வி கேட்கப்பட்டபோது, கோயப்பெல்ஸ் சொன்னார், முதலாம் உலகப் போரின் போது பிரிட்டனின் பிரச்சாரமாகிய, ஜெர்மானியர்கள் தீய சக்திகள், குழந்தைகளை உண்ணுபவர்கள் மேலும் அவர்கள் உலகத்தி லேயே மிக இழிந்தவர்கள் என்னும்படியாக ஜெர்மனியை அவர்கள் விவரித்துக் காட்டிய விதம் அபாரமாகவும் வலிமையாகவும் வேலை செய்தது என்றார். பிரிட்டிஷ்காரர்களிடமிருந்து இப்படி ஏராளமான வித்தைகளை நாங்கள் கற்றிருக்கிறோம் என கோயப்பெல்ஸ் சொன்னார். பிரிட்டிஷ் ஊடகத்தாலேயே உருவாக்கப்பட்ட பிம்பம், அது எப்படி செயல்பட்டது என்பதும் பிரிட்டனின் நிலைப்பாடு எத்தகையது என்பதும் இப்பொழுது வெளிப்பட்டுவிட்டது.

விடயங்கள் பல மட்டங்களில் மாற்றமடைந்துள்ளன. வெறுமனே செய்தித் தகவல்களில் மட்டுமல்ல. நான் உங்களுக்கு ஒரு உதாரணம் தருவேன். BBCக்காக Monty Pythons Flying Circus என்னும் நையாண்டி தொலைக்காட்சி நிகழ்ச்சியை தயாரித்துள்ள சில இளம் வயதுக்காரர்கள் எனது நண்பர்கள். அவர்கள் என்னிடம் சொன்னார்கள், BBCயின் பொழுதுபோக்கு நிகழ்ச்சிகளுக்கான தலைமை அதிகாரியை அவர்கள் பார்க்கப்போனதோடு, நாங்கள் இந்த மாதிரி ஒரு யோசனைத் திட்டத்தை நிகழ்ச்சிக்காக உருவாக்கி வைத்திருக்கிறோம் என்று சொல்லியிருக் கிறார்கள்.

நிகழ்ச்சியில் எதையெல்லாம் வழங்கப் போகிறார்கள் என்பது பற்றிய, இரண்டு மூன்று மாதிரி நிகழ்ச்சிகளையும் நாங்கள் தருகிறோம் என்றும் அவர்கள் சொல்லியிருக்கிறார்கள். ஜான் கிளீஷ், டெர்ரி ஜோன்ஸ் மற்றும் மிக்கேல் பாலின் ஆகியோர் செயல் விளக்கம் அளித்திருக் கிறார்கள். தலைமை அதிகாரி புன்னகைத்து விட்டுச் சொன்னார். "உண்மையில் இதை நான் விரும்பவில்லை. ஆனால் இந்த நிகழ்ச்சியை தயாரித்ததற்கான செலவுத்தொகையை நான் தருகிறேன்." அந்த நிகழ்ச்சி BBCயில் மாபெரும் வெற்றிகரமான நிகழ்ச்சியாகியது. எதிர் கருத்துகளை படைப்பாற்றலுடன் தரும் நிகழ்ச்சிகளுக்கான ஊக்கம் தற்காலத்தில் எதிராளிகளின் கண்காணிப்புகளுக்கு இலக்காகி உள்ளது. சுதந்திரமாகவும் தன்னெழுச்சியாகவும் உருவாகக் கூடிய அனைத்து படைப்பாற்றல்களும் போய் விட்டன. இதுதான் உலகளாவிய நடப்பு நிகழ்வாகவும் உள்ளது. பத்திரிகை சுதந்திரம் பற்றிய எல்லாப்

பேச்சுகளும் பொருளற்றுப் போயின. இது எதை உருவாக்கி இருக்கிற தென்றால், நீங்கள் என்னை நேர்காணல் செய்ய முடியும் மற்றும் நான் என்னிடம் என்ன பதில் இருக்கிறதோ அதை உங்களுக்குத் தர முடியும், என்பதுதான். நான் வேறு ஏதோ நாடுகளில் வசித்து வந்தேன் எனில், இது நிகழ இயலாது. ஆனால், அமைப்பு ரீதியில், நாட்டின் அதிகாரத்திற்காக பிரச்சாரங்களை உற்பத்தி செய்தல் என்பது தற்காலத்தில் ஒப்புதல்களை உற்பத்தி செய்தல்களாக உள்ளன.

சமூக ஊடகங்களின் வருகையினால், ஊடகம் என்பதன் விளக்கம் தீவிரமாக மாறியுள்ளது. அனைத்து சமூக ஊடக நிறுவனங்கள் யாவும் அகில தேசங்களின் மிகை செல்வ வளம் கொண்ட பன்னாட்டு கூட்டாண்மை நிறுவனங்களால் நடத்தப்படுபவை. அந்நிறுவனங்கள் தேச எல்லைகள், பார்வையாளர்கள், மற்றும் தகவல் உள்ளடக்கம் இவைகளைப் பொருத்தமட்டில் எல்லைகளற்ற டிஜிட்டல் விபரங்களை கையில் வைத்திருப்பவை. அதனால் அவர்கள் அதிக தாக்கம் உடையவர்களாக இருக்கிறார்கள். இதனால் என்னென்ன வாய்ப்புகள் மற்றும் சவால்கள்?

இதைப்பற்றி ஒருவர் என்ன சொல்ல முடியுமென்றால், இது சமமற்றதாகவும் சீரற்றதாகவும் உள்ளது. உண்மையில் இதன் உள்ளுறை சக்தியானது பிரமாண்டமானது. அதன் மாறிக்கொண்டிருக்கும் பாதை தற்பொழுது ஏமாற்றமளிக்கிறது. அரசாங்கம் இதை குறுகலான ஒன்றாக மாற்ற முயற்சிக்கிறது, மற்றும் உலகளாவிய இணையதள நிறுவனர்கள் மற்றும் யாரெல்லாம், நமது கணினிகளில் இத்தகைய வலைதளங்கள் தலைகாட்டும் படியாக, ஏராளமான வழிகளில் பரப்புகிறார்களோ, அவர்களும் இதை குறுகலானதாக மாற்ற முனைகிறார்கள். முகநூலில், எனக்கு நிறைய அறிவிப்புகள் வந்த வண்ணம் இருக்கின்றன, இதை நாங்கள் காட்சியாக்க இயலாது, ஏனெனில் இஸ்ரேலிய அழுத்தம் காரணமாக என தெரிவிக்கும் விதமாக சில வழிமுறைகளில் தணிக்கை செய்யப்படுதல் என்ற போக்கு சமூக ஊடகங்களை பாதிக்கத் தொடங்கி விட்டது. இப்படி நடக்காவிட்டால்தான், அது விநோதமான விடயமாக இருக்கும். சமூக ஊடகங்கள் என்பவை உலகளாவியது என்ற சிந்தனை இருந்தாலும், அது குறுகிய எல்லைகளுக்குள்தான் இயங்குகிறது. சீனாவோ பாகிஸ்தானோ அல்லது எந்த ஒரு நாடாக இருந்தாலும், அங்கு உள்ளவர்கள் பார்க்க இயலாதபடி, அந்நாடுகளே இதை அணைத்து நிறுத்திவிட முடியும். மேற்குறிப்பிட்ட நாடுகள் உட்பட, இதைச் செய்திருக்கின்றன.

இதன் உலகளாவிய தன்மை எல்லைக்கு உட்பட்டது. ஆனால், கூடவோ, குறைச்சலோ இது ஒரு நல்ல விஷயம்தான். இது அடிப்படையில்

ஒரு சாதனம். இதை நீங்கள் விரும்பும் வழிமுறைகளில் பயன்படுத்திக் கொள்ள இயலும். நான் மக்களுக்கு சொல்லும் அறிவுரை எல்லாம், இதுதான். அதில் நீங்கள் வாசிக்கும் ஒவ்வொரு விடயத்தையும் நம்பிவிடவேண்டாம், அது உங்கள் அரசியல் சார்ந்த மற்றும் உங்கள் எந்தவொரு உள்ளுணர்வு சார்ந்த எதையும் அது திருப்தி செய்வதாக இருந்தாலும் கூட. அத்தகு ஊடகங்களில் தோன்றும் விடயங்கள் துல்லியமானவைதானா அல்லது இல்லையா என்பதை தீர்மானிப் பதற்கு இன்னும் உங்கள் அறிவுக் கூர்மையை பயன்படுத்தக்கூடும்.

நியூ லெப்ட் ரிவிவ் என்னும் இதழுடன் நான் 50 ஆண்டுகளுக்கும் மேலாக தொடர்பில் இருக்கிறேன். இந்த வருடம், நாங்கள் சைட்கார் என்னும் பெயரில் வலைப்பதிவு பக்கத்தைத் தொடங்கத் தீர்மானித்தோம். நியூ லெப்ட் ரிவிவ் இதழின் அடுத்த இதழில் வெளியிடப்படும் வரையில், இரண்டு மாத காலம் காத்திருக்க இயலாத கட்டுரைகள் சைட்கார் வலைப்பக்கத்தில் பிரசுரம் செய்யப்படும் என நாங்கள் முடிவு எடுத்தோம். இந்த தீர்மானம் அறிவுசார்ந்த மக்கள் வட்டங்களில் மாபெரும் தாக்கத்தை உருவாக்கியது. உலகத்தின் பல பகுதிகளைச் சேர்ந்த ஒரு குறிப்பிட்ட வகை அடுக்கு இளைஞர்கள் உணர்வுப் பூர்வமாக எங்களை அணுகி, இந்த நம் வலைப்பக்கத்தில் இதை அல்லது அதைக் குறித்து எழுதலாமா, என அவர்கள் கேட்டார்கள். இது ஏனெனில், அவர்கள் புதிய வெளியை அறிந்திருக்கிறார்கள், இதன் இன்னொரு தாக்கம் உண்மையில், அது அச்சு ஊடகத்தையும் புத்துயிர் பெறச் செய்தது. நியூ லெப்ட் ரிவிவ்-ன் சைட்கார் வலைப்பக்கத்தில் எழுதப்படுவதையும் வாசிக்கப்படுவதையும் அறிந்திராத ஏராளமான இளைஞர்களை இப்பொழுது நாம் பெற்றிருக்கிறோம்.

இணைய இதழ் தகவல் தொடர்பாக எவர் ஒருவரும் கருத்துச் சார்பு கொள்வதில்லை என நான் சொல்வேன். நான் நினைக்கிறேன், தொழில்நுட்ப மறுமலர்ச்சி சமூக ஊடகத்திற்கான வாய்ப்பை உருவாக்கியிருக்கிறது, இது நடந்திருப்பது அமெரிக்காவில்தான், ஐரோப்பாவிலும் அல்ல, சீனாவிலும் அல்ல, இதை நாம் நினைவில் கொள்ள வேண்டும். இது தகவல் தொடர்பில் மாபெரும் மாற்றத்தை உருவாக்கியுள்ளது. ஒருநாள், ஐந்தரை வயதுடைய என் பேரன் என்னைக் காண வந்தான், அப்பொழுது நான் எனது வாசிப்பில் இருந்தேன். அவன் எனது சாய்வு மேஜை மீதிருந்த பழைய எந்திரம் ஒன்றைப் பார்த்துவிட்டு, இது என்ன என்று என்னிடம் கேட்டான். இது டைப் அடிக்கும் எந்திரம் என்று நான் அவனிடம் சொன்னேன். பிறகு அவன், இதில் என்ன செய்வீர்கள் என்று கேட்டான். பிறகு

நான் அவன் பெயரை டைப் செய்துவிட்டு, இப்படித்தான், பழைய நாட்களில் உனது பெயர் எழுதப்படும் என சொன்னேன். கணினியின் முன்னால் அவன் ஆச்சர்யமடைந்தான். 'என்னிடம் நீங்கள் விளையாடு கிறீர்களா?' கணினிகள் இல்லாத ஒரு காலம் இருந்ததை அவனால் நம்ப இயலவில்லை. அதனால், இத்தகைய தொழில் நுட்ப முன்னேற்றங்கள் மறுமலர்ச்சியை உருவாக்கியுள்ளது.

அகிலம் முழுவதுமான இணைய தளம் உருவாக்கம் என்பது முதலாளித்துவத்தின் தொழில்நுட்ப மறுமலர்ச்சி. 1960கள் மற்றும் 1970களில், மார்க்ஸிய பொருளாதார அறிஞர் எர்னஸ்ட் மண்டேல் ஒரு விவாதத்தை எழுப்பினார். அதாவது, விரைவில் நாம் ஒரு தொழில் நுட்பத்தை கண்டுபிடிப்போம், நாட்டில் ஒரே தொழிற்சாலையில் வேலை ஆட்கள் ஆக்ரமித்துக் கிடப்பார்கள். X என்பவர், அதே நாட்டின் வெவ்வேறு தொழிற்சாலைகளில் நிரம்பிக் கிடக்கும் வேலை ஆட்களோடு தொடர்புகொள்ள இயலும்படியாகவோ அல்லது மூன்றாவது நாடொன்றின் தொழிற்சாலையின் வேலை ஆட்களோடு அவரால் தொடர்பு கொள்ளும்படியாக அந்த தொழில்நுட்பம் இருக்கும். எர்னஸ்ட் மண்டேல் சொன்னது உண்மையாக நிரூபணம் ஆகிவிட்டது. நீங்கள் திறனாய்வு நோக்கில் அதை நிர்வகித்து வரும் வரையில் சமூக ஊடகம் அதன் சொந்த வேலைத்திட்டங்களை உருவாக்குவதற்கான திறன், அது எதுவானாலும், அதை மறைசூழ்ச்சி களால் வலுவிழக்கச் செய்துவிட முடியாது.

நியூ லெப்ட் ரிவிவ் உடன் பல வருடங்கள் தொடர்பில் இருக்கிறீர்கள். அதன் பங்களிப்பு பற்றி உங்களது சுய-மதிப்பீடு எத்தகையது?

நான் அந்த பத்திரிகை இதழ் குறித்தும் அதனுடன் எனது தொடர்பு குறித்தும் பெருமைப்பட்டுக்கொள்கிறேன். 1990 தோல்விக்குப் பிறகு சற்று மாறுபட்ட பாதையில் இவ்விதழை எடுத்துச் செல்ல நாங்கள் தீர்மானித்தோம். நாங்கள் எங்களது மட்டத்தில் விமர்சனங்கள் மற்றும் விவாதங்கள் ஆகியவற்றை நிர்வகித்து வருகிறோம். நாங்கள், அமைப்பு ரீதியதாக எதையும் எப்பொழுதும் நேர்மறையானதாக ஒத்துக்கொள்வதில்லை. நாங்கள் அதை இயன்றவரை ஒவ்வொரு மட்டத்திலும் பகுத்து ஆராய்கிறோம்: அரசியல், பொருளாதாரம் மற்றும் கலாச்சாரம். நாங்கள் அண்மையில் தொடங்கியுள்ள சைட்கார் என்னும் இணைய வலைப்பக்கம் மூலம் இரண்டு காரியங்களைச் செய்திருக்கிறோம்: புவிக்கோளம் முழுவதிலுமிருந்தும் புதுவகையான வாசகர்களைக் கொண்டுவந்திருக்கிறோம், அவர்களில் பலர் எங்களது பத்திரிகை இதழின் சந்தாதாரர்களாகவும் ஆகியுள்ளனர். இத்தகைய

புதுமைப்படுத்துதல் என்னும் இயங்குமுறைப் போக்கு நடை பெற்றிருப்பதோடு, இரண்டு இளம் ஆசிரியர்களையும் இணைய வலைப் பக்கத்திற்காக நியமித்துள்ளோம். ஆக, கதிரவனுக்குக் கீழ் இருக்கும் எதையும் பற்றி எல்லா விடயங்கள் குறித்தும் நாங்கள் கருத்து இடுகிறோம். நீங்கள் என்ன செய்யவேண்டும் என்று சொல்வதின் பொருளில் அல்லாமல், நீங்கள் எதைப் புரிந்து கொள்ளவேண்டும் என்று சொல்வதின் பொருள் உடையதாக இது ஒரு மாற்று முயற்சியாக, இந்த வலைப்பக்கம் விளங்குகிறது. இவைகள்தான் நாங்கள் எதிர் கொள்ளும் பிரச்சனைகள்! நாங்கள், திரைப்பட இயக்குனர்கள் குறித்து, தைவானில், சீனாவில், ஈரானில், பிலிப்பைனில் இருக்கும் விளிம்பு நிலை சார்ந்த திரைப்பட இயக்குனர்கள் குறித்து எழுதுவதற்கு ஒரு காரணம் உள்ளது, நாமிருக்கும் உலகத்தின் சில ஆர்வம் மிக்க விமர்சகர்கள் இத்தகைய திரைப்படம் எடுப்பவர்களிடமிருந்தே வருகிறார்கள். நான் மகிழ்வுடனும் வாழ்த்துடனும், இந்தியாவை குறித்து இதில் நான் சொல்லவியலும். இந்த நாடு 1950கள், 1960கள் மற்றும் 1970களில் மரபான திரைப்பட பாரம்பரியத்தைப் பெற்றிருந்தது. இத்தகைய மரபான பாரம்பரியம் முழுவதுமாக போயே விட்டது. பாகிஸ்தான் திரைப்பட பாரம்பரியத்தைப் பெற்றிருக்கவில்லை. வங்காளத்தின் சத்யஜித் ராயின் திரைப்பட பாரம்பரியம் வழியாக மேதைமை மிகுந்த படைப்புகள் கொண்டதான ஒரு திரைப்பட பாரம்பரியத்தை இந்தியா பெற்றிருந்தது. இத்தகைய கலைப்படைப்புகள் இந்தியாவில் நிலைத்திருக்கவில்லை.

1960கள் மற்றும் 1970களில் நியூ லெப்ட் ரிவிவ் போலவே சிலபல இதழ்கள் இருந்தன. ஆனால் அந்த இதழ்கள் இப்பொழுது இல்லை. நாங்கள் இந்த இதழை முழுவேகத்தில் இயக்கம் கொண்ட மேன்மையான விதத்தில் வைத்திருக்கிறோம், இது இடதுசாரி அரசியல் இயக்கத்திற்குத் தேவையான நிறுவனமாக உள்ளது. இத்துடன் இணைந்ததாக, ஒரு புத்தக வெளியீட்டு நிறுவனமும், த நியூ லெப்ட் புக்ஸ்/இடதுசாரி நூல்கள், பிரசுரிக்கப்படும் பதிப்பகமும் இணைவு பெற்று இயங்கி வருகிறது. நாங்கள் உலகம் முழுவதிலுமான மிக இன்றியமையாத நூல்களை மொழிபெயர்த்தும், நூல்கள் தயாரித்தும், தொடர்ந்து அத்தகு பணிகளில் செயற்பட்டுக்கொண்டும் இருக்கிறோம். இதைக் குறித்து, இந்த சாதனைகள் குறித்தெல்லாம் பெருமைப்படுகிறேன், ஏனெனில், இத்தகைய வேலைகள் தானாகவே நடந்திருக்காது, மேலும் பதட்டம், பிணக்கு, விவாதம் இவை இல்லாமலும் இது நடந்து விடாது. சோவியத் யூனியன் நொறுங்கிய பிறகு, நியூ லெப்ட் ரிவிவ்-இல் பெரிய பிளவு உண்டானது. யாரெல்லாம் ஆசிரியர்

குழுவில் இருந்தார்களோ அவர்கள் ஏகாதிபத்தியத்தை குறித்து நாங்கள் எழுதியதை விரும்பவில்லை. மேலும், பெரும் போருக்குப் பிறகாக யுகோஸ்லாவியாவில் நடந்த உள் நாட்டுப் போர் பற்றி நாங்கள் எழுதியதையும் அவர்கள் விரும்பவில்லை. ஆனால் நாங்கள் பத்திரிகை இதழை நீடித்து நிலைக்க வைத்து விட்டோம். புதிய இளம் அறிவுஜீவிகள் இதழை பொறுப்பாக செயற்படுத்தி நடத்தி வருகிறார்கள். இந்த இதழ் மற்றும் இதன் பதிப்பகம் இரண்டும் இந்த நூற்றாண்டைக் கடந்தும் நீடித்து நிலைத்திருக்கும் என்பதில் நான் நம்பிக்கையுடன் இருக்கிறேன். நாம் மரித்து மறைந்து போவோம். ஆனால் அவை நிலைத்திருக்கும்.

தொலைத் தொடர்பு மற்றும் மின்னணு சாதனங்கள் கண்காணிக்கப்படுதல் மற்றும் ஜனநாயகம்

தொலைத்தொடர்பு சாதனங்கள் கண்காணிக்கப்படுதல் என்பது பூதாகரமான பிரச்சனையாக தற்காலத்தில் உள்ளது, நாடுகளைக் கடந்தும் பரவலாக இந்தக் கண்காணிப்பு உள்ளது; ஜனநாயகம் என்னும் நிலைப்பாட்டை இத்தகைய தொலைத்தொடர்பு கண்காணிப்புகள் எவ்வகையில் அச்சமூட்டுகின்றன?

தொழில் நுட்பங்கள் வளர்ச்சியடைந்து கொண்டிருக்கையில், அதன் ஒவ்வொரு வடிவமும் வளர்ச்சியில் முன்னேறிக் கொண்டிருக்கும் பொழுது இந்த தொழில் நுட்பங்களை நீங்களும் பெற்றிருக்காததால், அது சிறந்த விடயம் என நீங்கள் சொல்லமுடியாது. அது ஏற்றுக் கொள்ள இயலாத கருத்து. ஆனால் கண்காணிப்பு என்பது, உண்மையில், மிகப் பரந்த அளவில் நடைபெற்றுக்கொண்டிருக்கிறது. ஒவ்வொரு குடிமகனும் கண்காணிப்பின் கீழ் இருக்கிறான். அண்மையில், ஒரு அதிகாரப்பூர்வ விசாரணைக் குழுவிடம் காவல் துறையால் ஒப்புக் கொள்ளப்பட்ட உண்மை, கடந்த 45 வருடங்களாக அவர்கள் என் மீது கண்காணிப்பை செயல்படுத்தி வந்திருக்கிறார்கள். அரசாங்கங்கள் கண்காணிப்பில் ஈடுபட்டு வந்திருக்கின்றன என்பது நீண்ட கால வரலாறு. நாஜி காலக் கட்டத்தில், ஜெர்மன் ரகசிய காவல் துறை அமைப்பு மாபெரும் அளவில் கண்காணிப்பு செயலில் ஈடுபட்டு இருந்திருக்கிறார்கள். அவர்கள் செய்ததெல்லாம், இன்றைய அறிவுடைய மக்கள் செய்யும் காரியங்களுடன் அவற்றை ஒப்புமைப்படுத்த இயலாது. எர்வர்டு ஸ்னவ்டன் குறித்து சிந்தியுங்கள். அவன் அமெரிக்கன், நல்ல இளைஞன், வெள்ளை இனப் பழமைவாதியான அந்தப் பையன், தேசியப் பாதுகாப்பு அமைப்பிற்காக பணி செய்துகொண்டிருந்தபொழுது

மிகவும் அச்சமும் திகைப்பும் அடைந்திருக்கிறான். அந்தளவுக்கான கண்காணிப்புகளை செரிமானம் செய்துகொள்வது கடினம்.

ஜனநாயகம் என்பது உலகின் பல்வேறு பகுதிகளில் எரிந்து மிஞ்சிய பாழ்மனையாகவே பெரும்பாலும் ஆகிக் கொண்டிருக்கிறது. மின்னணு சாதனங்கள் கண்காணிப்புக்கு முன்னால் நாம் ஒழுங்கு முறையில் அமைந்த ஜனநாயகத்தைப் பெற்றிருந்தோமா? ‘இல்லை’ என்பதுதான் பதில். தொலைத்தொடர்பு மின்னணு சாதனங்களைப் பயன்படுத்தி மக்கள் வெவ்வேறு வழிகளில் மற்றும் பல பாதைகளில் உளவறியப்பட்டுக்கொண்டுள்ளனர். உளவு பார்க்கும் ஊடுருவும் குழுக்கள் இதுகாறும் உள்ள நிலவரம் வரை அனைத்து முற்போக்கு இயக்கங்கள் மீதும் அவர்கள் மேல், உளவு பார்ப்பதை செயற்படுத்தி உள்ளன. இந்த செயல்பாடு பயங்கரமான அளவில் நடைபெற்றிருக்கிறது. ஜனநாயம் என்பது அதனளவில், ஏதோ ஒரு வகையில் வரம்பிற்கு உட்பட்டதாக ஆகிக் கொண்டிருக்கிறது, தானாகவே. இது இன்னும் உண்மைதான், யார் வேண்டும் ஆனாலும், எவர் ஒருவரும் தேர்தலில் வேட்பாளராக நிற்க முடியும். ஆனால் நாடு ஒரு விடயத்தை உறுதிப்படுத்திக் கொள்ள வேண்டும், ஒவ்வொரு நாட்டிலும் இரண்டு அல்லது மூன்று முக்கிய இயக்கங்கள் மட்டுமே இருக்கிறதென்பதை, Extreme centre என்ற நூலில் நான் எழுதியிருப்பதைப் போல, நீங்கள் வலது மையத்தைச் சார்ந்தவரோ அல்லது இடது மையத்தைச் சார்ந்தவரோ நீங்கள் அடிப்படையில், அதன் வகைப்பட்ட செயற்பாடுகளை செய்பவராகவே இருப்பீர்கள். ஜனநாயகம் முதன் முதலில் எங்கு எழுச்சி பெற்று உதயமானதோ அந்த நாடுகளில்தான், அது, மிகமிக உடைந்தும் நொறுங்கியும் சிதைந்து கொண்டுமிருக்கிறது. பல பெருங் கோடீஸ்வரர்கள் அவ்வப்போது சொல்வதுண்டு, சீன பொருளாதார அமைப்புதான் ஒரு நல்ல பொருளாதார அமைப்பு. அவர்கள் அங்கு நிலவும் அரசியல் அமைப்பின் அம்சங்களின் நோக்கில், அவர்களுக்கு அதையும் இதையும் குறித்து கவலைப்படத் தேவையிருப்பதில்லை. ஆனால் இவை எல்லாம் தீவிரமான கேள்விகளை எழுப்புகின்றன.

சோவியத் யூனியன் சிதைந்ததையும், சமூக ஜனநாயகம் என்னும் சித்தாந்தமும் கூட சிதைவுற்றதையும் நீங்கள் கூர்ந்து அவதானிப்பவராக இருக்கிறீர்கள். உங்களைப் பொருத்த மட்டில், சமூக ஜனநாயகக் குடியரசு மற்றும் சமூக மக்களாட்சி சித்தாந்தம் இவற்றை அதன் இடத்தில் நிலைத்திருக்கச் செய்ய சோவியத் ஒன்றியம் எத்தகைய உள்ளாற்றல் கொண்டிருந்தது?

சோவியத் ஒன்றியம் நிலைத்து நீடித்திருந்த காலம் வரையில் மேலும் அது மேற்கு உலகிற்கு தீவிர அச்சமூட்டக்கூடியதாக பார்க்கப் பட்ட காலம் வரையில்-எனது கருத்தளவில் அது ஒருபோதும் தீவிர அச்சமூட்டியாக இருந்ததே இல்லை-முதலாளித்துவ உலகம் சமூக மக்களாட்சியையே மிகப் பெரிய அளவில் சார்ந்து இருக்க வேண்டியதாக இருந்தது. USSR மற்றும் சோஷியலிஸ்ட் நாடுகள் கட்டமைப்பில் சோஷியலிஸ்ட் சமூக அமைப்பு என்னும் தன்மையைக் கொண்டிருந்தன. மேற்கு உலகில், 1980கள் வரையில் அது சமூக மக்களாட்சியின் கருத்து ஒற்றுமையை திறனுடன் தக்க வைத்து இயங்கிக் கொண்டிருந்தது. USSR-இல் ஒரு தடவை அது சிதைந்தது, அதன் பிறகு அது அதற்கு தேவையில்லை என ஆனது. அவர்கள் முதலாளித்துவம் என்னும் நிலைக்கே திரும்ப முடிந்தது. புதுமை தாராள முதலாளித்துவம் என்பது முதலாளித்துவத்தின் மிகவும் வேறுபட்ட தொழில்நுட்ப காலத்தில் பல்வேறு மட்டங்களில் நீடித்திருந்த நிலைமைகளின் தலைகீழ் விடயங்களே. ஒரு புதிய காலம் வந்தது, புது மில்லினர்கள் மற்றும் பில்லினர்கள் மொத்தமாக, காட்சியில், ஆதிக்கம் செலுத்தினார்கள்.

மூலதனத்தை வெளிப்புறமாக கெட்டியாகப் பற்றிக் கொண்டிருந்த சீனா மற்றும் முன்னாள் USSR இரண்டும், இப்பொழுது அந்த அமைப்பின் இன்றியமையாத உறுப்புகளாக இருக்கின்றன. அது முதலாளித்துவத் திற்கான பிரம்மாண்டமான வெற்றியாக ஆனது. எப்போதைக்குமாக, முதன் முதலாக, அவர்கள் முதலாளித்துவத்தை முதலாளித்துவம் என்றே குறிப்பிடத் தொடங்கினார்கள். சுய-விளக்கத்திற்காக, சுதந்திரம் மற்றும் மக்களாட்சி போன்ற சொற்களை ஒருபோதும் அவர்கள் பயன் படுத்த தேவை இருக்கவில்லை. அது இப்பொழுது முதலாளித்துவம் என்ற நிலையில் உள்ளது. மேற்கு உலக ஜனநாயகத்தை வைத்திருந்த USSR குறித்து நான் அவ்வப்போது சிந்திக்கிறேன். USSR காணாமல் போனதும், மக்களாட்சி என்பது பொருட்படுத்தத் தகுந்ததாக இல்லை. மக்களாட்சித் தத்துவம் என்பது பெரிதும் வெற்றுச் சடங்குகளாக ஆகி விட்டன. தற்காலத்தில். அது முழுமையாக உள்ளீடற்றதாக ஆகி விட்டது. பெருந்திரளான பணத்திற்கும் அரசியலுக்கும் இடையேயான செயல்தொடர்பு கவனிக்கத்தக்கது. ஆகவே USSR சிதைவடைந்தது முதலாளித்துவத்திற்கு உதவிகரமானதாக இருப்பதன் தேவை இடைப்பட்ட காலத்தில் இருந்ததில்லை, நீண்ட காலத்திற்கும் அது இருக்கப் போவதில்லை. 2008 வால் ஸ்ட்ரீட் தகர்வு மற்றும் கோவிட்-19 பெருந்தொற்று இவற்றில் அதுதான் எதிரொலித்தது.

முதலாளித்துவத்தின் மாறும் முகங்கள் குறித்து என்ன சொல்வீர்கள்?

உண்மையில் முதலாளித்துவம் மாற்றமடைந்துள்ளது. முதலாளித்துவம் குறித்த ஒட்டுமொத்த நோக்கு பற்றி காரல் மார்க்ஸ் மிகத் தெளிவாக, அவர் எழுதிய காலத்திலேயே, குறிப்பிட்டு இருக்கிறார், முதலாளித்துவம் என்னும் இந்த அமைப்பு தொடர்ச்சியாக வளர்ந்து கொண்டிருக்கும் தன்மை கொண்டது, மேலும் அடிப்படையில் சுரண்டல் தன்மை கொண்ட அமைப்பாக அது இருக்கும். இந்த அமைப்பில் லாபம் மற்றும் செல்வ வளம் இவை இரண்டும் ஆள்பவர்களின் தீர்வுப் பொருளாக இருக்கும். தொழில்நுட்பப் புரட்சியை முன்னின்று எடுத்துச் சென்ற அமெரிக்காதான் இணையத்தை உருவாக்கியது, இப்பொழுது நாம் அந்த உலகத்தில் வாழ்கிறோம். நிதி மூலதனம் என்பது மேற்கு உலகத்தின் தொழிற்சாலை சார்ந்த முதலாளித்துவத்தில் மிகத் தலைமையானதாக விளங்குகிறது, இதையே முந்தைய முதலாளித்துவம் அடிப்படையாகக் கொண்டிருந்தது. மூலதனத்தின் இந்த இரண்டு மாறுபட்ட வடிவங்கள் சில மட்டங்களில் பொதுவானவையாக இருக்கின்றன, ஆனால் அவை செயலாற்றும் விதத்தில் மிகவும் வேறுபட்ட தன்மை கொண்டவை.

ரஷ்யா மற்றும் சீனா இங்கு நிகழ்ந்த புரட்சிகளின் இயல்பு

நீங்கள், முந்தைய சோஷலிஸ்ட் சமூகங்கள் மீதாக கீழ்க்கண்ட இன்றியமையாத அவதானிப்புகள் செய்திருக்கிறீர்கள்: "மக்கள் வெளிப்படையான காரணங்களுக்காக அந்த அமைப்பிற்கு திரும்பிச் செல்ல விரும்பவில்லை. பொருளாதார ரீதியாக, பின்னடைவும் இறுக்கமும் கொண்ட இடங்களில் அது நடந்தது. அந்த சமூகங்களின் ஒட்டுமொத்த விளைவுகள் பற்றாக்குறையினால் கட்டுப்படுத்தப்பட்டது. அங்கு தொழிலாளரின் உற்பத்தி திறன் குறைவாக இருந்தது. அரசியல் ரீதியாக, அவற்றின் பெரும்பாலான நாடுகளை சர்வாதிகார சக்தியின் கருவிகள் ஆதிக்கம் செலுத்தின, அந்த சர்வாதிகார கருவி குடிமைச் சமூக சுதந்திரத்தைப் பறித்தவையாகும்." நீங்கள் அவதானித்திருக்கும் இத்தகைய விடயங்களைக் களைய என்ன செய்திருக்கப் படவேண்டும்?

இந்தப் பிரச்சனை கட்டமைப்பு சார்ந்தது. இரண்டு இன்றியமையாத 20ஆம் நூற்றாண்டின் சமூகப் புரட்சிகள் நடந்தது உலகத்தின் மாபெரும் நாடுகளில் அதாவது ரஷ்யா மற்றும் சீனா. இங்கு உழைக்கும் வர்க்கம் என்பது ஒப்பீட்டளவில் மிகச் சிறுபான்மையினர். அதனால், தொடக்கத்திலிருந்து, ரஷ்யா மற்றும் சீனர்களின் புரட்சிகள் இந்தப் பிரச்சனைகளுடன் தொடர்பு பெற்றிருந்தன. உறுதியாக, ரஷ்யப் புரட்சியில் உழைக்கும் வர்க்கத்தின் பெரும்பான்மை ஆதரவை போல்ஷ்விக்குகள்

பெற்றிருந்தார்கள், ஆதலால் அவர்கள் இப்படித்தான் வென்றார்கள். மேலும் அவர்கள் படிப்படியாக ஏழை விவசாயிகளின் ஆதரவையும் பெறத்தொடங்கினார்கள். ஆனால் அதன் விருப்பார்வத்தின் பாதையில், ஒரு கேள்வியை அவர்கள் சந்திக்க நேர்ந்தது, அதாவது, ஏராளமான மக்கள் திரள்களை உள்ளடக்கிய தொழிற்சாலைமயமாதல் என்னும் நிலை, ஆட்சி அமைப்பிலிருந்து துண்டித்துக் கொள்வதாக இருந்தது. இது அரசியல் மட்டத்திலும் பிரச்சனைகளை உருவாக்கியது. அடுத்த ஐந்து ஆண்டுகள் லெனின் வாழ்ந்திருந்தால், சோவியத் ஒன்றியத்தின் அரசியல் கட்டமைப்பு பெரிய அளவில் மாறுபட்டதாக இருந்திருக்கக் கூடும், இதைக் குறித்து நான் எப்பொழுதும் விவாதங்கள் எழுப்பி வருகிறேன். இது ஏனெனில், லெனினின் கடைசி வருடங்களில், அவர் அங்கு நடந்தேறிக் கொண்டிருந்த பல விடயங்கள் குறித்து கோபம் கொண்டிருந்தார், முக்கியமாக, பழைய ஜார் சக்கரவர்த்தி ஆதரவு தன்மை கொண்ட அதிகாரத்துவத்தின் சக்தியும் வலிமையும் புதிய அமைப்பிற்குள் தலையீடு கொண்டிருந்தன. அதிகாரத்துவம் அடிப்படையில் அதே பழைய பாதையில் இயங்கியது. இதற்கான ஒரே காரணம், போல்ஷ்விக் குழுக்களால் அவர்களை மாற்றீடு செய்ய இயலவில்லை.

இன்னொரு பிரச்சனை, அந்த நாடு அதனளவில் வளர்ச்சி குன்றியிருந்தது. உள்நாட்டுப் போர் மிக விரைவிலேயே முடிவடைய இயன்றது. ஜார் அதிகாரத்தை மீண்டும் பலப்படுத்தவோ அந்நாட்டின் சில மிக முன்னேறிய உழைக்கும் வர்க்கப் போராளிகள் உயிர்களுக்குப் பொறுப்பேற்கும்படியாகவோ மேற்கு உலகம் தலையிடவில்லை. வெவ்வேறு மட்டத்திலான அரசியல் பிரக்ஞை கொண்டவர்களிலிருந்து, புதிய படிநிலைகளைச் சேர்ந்த மக்களில் பலர், அவர்கள் விவசாயிகள் என்னும் நிலைப்பாட்டிலிருந்து தொழிலாளர்கள் என்னும் நிலை நோக்கி மாற்றம் செய்யப்பட்டனர். அதனால் அங்கு ஏராளமான பிரச்சனைகள் இருந்தன. ஆனால் ரஷ்யப் புரட்சியின் இன்னொரு பக்கம், அது பின்னடைவு கண்டதும் கூட, வெறும் இயக்கத்தால் மட்டும் புரட்சி, ஏற்பட்டுவிடவில்லை. கட்சி மற்றும் சோவியத் மக்கள் இரண்டின் இணைவால் அது நிகழ்ந்தது. சோவியத்தில் நீண்ட காலம் வாக்களிக்கப் பட்டு தேர்ந்தெடுக்கப்பட்ட உள்ளாட்சி அமைப்புகளைக் கொண்டிருந்தன. அங்கு மற்ற கட்சிகளின் பெரும்பான்மை பலம் கொண்ட உள்ளாட்சி அமைப்புகள் அதாவது பழமைவாதக் குழுக்கள், மென்ஷிவிக்குகள், சிறியதான விவசாயக் கட்சியினர் இப்படியாக இன்னும் பல கட்சியினர், இவர்களது உள்ளாட்சி அமைப்புகள் கூட இருந்தன. அவர்கள் பெரும்பான்மைக்காக சண்டையிட்டபோதும் மேலும்

அவர்கள் பெரும்பான்மையை வென்ற போதும், அது உழைக்கும் வர்க்கத்தின் பெரும்பான்மையின் எதிரொளிப்பு என போல்ஷ்விக்குகள் கண்டுபிடித்தனர். அவர்கள் இந்தப் பெரும்பான்மையினரை கைவரப் பெற்றதும், அவர்கள் புரட்சி செய்யத் தீர்மானித்தார்கள். ரஷ்யாவை பின்தங்கிய ஒரு நாடாக அது உண்மைக்கு மாறாக தரம் குறைத்தது அல்லது அது திருத்தி அமைக்கவும் இல்லை. மார்க்ஸ் மற்றும் கம்யூனிஸ்ட் அறிக்கை இரண்டும் தவறானது என ரஷ்யப் புரட்சி மற்றும் சீனப்புரட்சி நிரூபித்தன. உழைக்கும் வர்க்கம் மிகவும் முன்னேற்றத்துடன் இருக்கும் முன்னேறிய நாடுகளில் புரட்சி வருவதில்லை, ஆனால் எங்கு உழைக்கும் வர்க்கம் அரசியல் ரீதியாக பின்தங்கியுள்ள சமூகமாக இருக்கிறதோ அங்கே புரட்சி ஏற்படும். இது அரசியல் கட்டமைப்புகளிலும் பிரச்சனைகளை உருவாக்குகிறது.

ஒரு-கட்சி நிலை என்பது உள்நாட்டுப் போர் காலக்கட்டத்தில் நிறுவனரீதியான தீர்வுகள் இறுக்கமடையும்போது ஒரு தற்காலிகத் தீர்வு என்று பொருளாகியது. இது உச்ச பட்சமாக, இறுதியில், ஒரே தலைவர் மற்றும் பொலிட்ப்யுரோ இதன் ஆதிக்கத்தை நோக்கி அழைத்துச் சென்றது. இந்த மாதிரி அமைப்புதான் சீனர்களால் கூட வெவ்வேறு சூழ்நிலைகளில் கையாளப்பட்டது. ரஷ்யர்கள் நகரங்களிலிருந்து நாட்டுப்புறங்களுக்கு நகர்ந்து சென்று தொழிற்சாலைகளில் வேலை செய்தார்கள் எனில், சீனப் புரட்சியானது நாட்டுப்புறங்கள் நோக்கி நகரும் படியாக பலவந்தமாகத் தள்ளப்பட்டது, ஜப்பானியப் படையெடுப்பால். மேலும் குவொமின்டாங், என்னும் நடுத்தர வணிகர்களின் தேசியக் கட்சியும் வன்முறையாக சீன மக்களை நாட்டுப்புறம் நோக்கித் தள்ளியது. அந்தக் கட்சியினரின் முக்கிய எதிரிகள் கம்யூனிஸ்ட்களே, ஜப்பானியர்கள் அல்லர். அதனால் அந்நாட்டின் ஏராளமான வருடங்கள் ஜப்பானியர்களை எதிர்த்து சண்டையிடுவதிலும் அவர்களின் ஆக்ரமிப்பை தடுப்பதிலுமாக இருந்தது. பிறகு குவொமின்டாங் வந்தது, சீனர்கள் நாட்டுப்புறங்களிலிருந்து நகர்ந்து நகரங்களை நோக்கி மாற்றமடைந்து கொண்டிருந்தனர். இது வேளாண்மை உழைப்பு சமூகம் என்னும் தன்மையுடன் ஒரு தொடர்பு தந்தது. ஆனால் ரஷ்யர்கள் இதைப் பெற்றிருக்கவில்லை. மாவோ மற்றும் மற்ற தலைவர்கள் நாட்டுப்புறங் களுடன் எப்படி தொடர்பில் இருப்பது என்பது குறித்து கவனமாக இருந்தார்கள். அவர்கள் எவ்வித பைத்திய வெறியுடன் பிடித்துத் தள்ளவில்லை.

ரஷ்யா மற்றும் சீனாவில் அமைந்த அரசியல் அமைப்பு ஒரே மாதிரியானது: ஒற்றைக் கட்சி, பொலிட்ப்யுரோ, ஒற்றைத் தலைவர்.

இந்த அமைப்பு மாதிரி உலகத்தின் வெவ்வேறு பகுதிகளில், எடுத்துக் கொள்ளப்பட்டு, செயற்படுத்தப்பட்டது. ஏகாதிபத்திய சக்திகளிடமிருந்து விடுதலையை எதிர்பார்த்து நோக்கியிருந்த மூன்றாம் உலக நாடுகளின் காலனிய தேசங்கள் இந்த அரசியல் அமைப்பு மாதிரியை சுவீகாரம் செய்துகொண்டன. இது முற்போக்கானது என அவர்கள் நினைத்தார்கள். ஏனெனில் இவர்களின் இந்தப் புரட்சிகள் முற்போக்கானவைகளாக இருந்தன. அவை இரண்டும் தன்னியல்பாக இணைவு பெற்றன. பொருளாதார மாதிரியில் கூட பிரச்சனைகள் இருந்தன. ஆணை இடும் கட்டமைப்புகள் மற்றும் பொருளாதாரத்தின் தேவைகள் இவை இரண்டுக்கும் இடையேயான இடைத்தரகரால் பொருளாதாரங்கள் பலனடைகின்றன என்பது குறித்த கேள்வி இல்லை. ஆம், இது உண்மை, சோவியத்களின் சில வடிவங்களில் விமர்சனம் உருவாக்கப்பட முடிந்தது. மற்றும் விவாதங்கள் நடக்கவும் இயன்றன. ஆனால் எல்லா இடங்களிலும் அதுவல்ல பிரச்சனை.

ஆதலால், இந்த அரசியல் அமைப்பு கிழக்கு ஐரோப்பியர்களுக்கும் மற்றும் கூடுதலாக, சோவியத் ஒன்றியத்திற்கும் பேரழிவாக இருந்தது. ஏனெனில் அவர்கள் வேறுபட்ட பாரம்பரியங்களிலிருந்து வந்தவர்கள். இந்த நாடுகளில் நடந்தது என்னவென்றால் (ஜோசப்) ஸ்டாலின் இறப்பிற்குப் பிறகான, அடக்குமுறை சற்று தளர்வடைந்த பிறகான ரஷ்ய அமைப்பு மாதிரியை இந்நாடுகள் கண்டிப்பான முறையில் தங்கள் மீது சுமத்திக் கொண்டன. கிழக்கு ஐரோப்பாவைச் சேர்ந்த இந்த நாடுகளை, நான் சமூக சர்வாதிகார மற்றும் அரசியல் ஏகாதிபத்திய அமைப்பு மாதிரி என வகைப்படுத்துவேன்.

கட்டமைப்புகளில் மாபெரும் மறுசீரமைப்புகள் மற்றும் மூலதனம் ஒழிக்கப்பட்ட சமூக மாற்றங்கள், சுகாதாரம் திரும்பப் பெறல், கல்வி, இன்னும் பல... இவற்றையெல்லாம் மக்கள் இன்று தவறவிட்டுக் கொண்டிருக்கிறார்கள். இந்நாடுகளில், இத்தகைய இழப்பின் ஏக்கம் அங்கே நிலவுகிறது. மக்கள் நினைப்பது, பழைய நாட்களில் நிலைமைகள் மோசமாகத்தான் இருந்தன, ஆனாலும், அவர்கள் வீட்டு வாடகை தர இயலக் கூடியவர்களாக இருந்தார்கள், மின்சாரக் கட்டணங்களில் மான்யம் கிடைக்கப் பெற்றனர். இப்படியாக இன்னும் பல... நான் பல வருடங்களுக்கு முன்பு, செக் குடியரசில் இருந்தேன். PhD ஆய்வு செய்து கொண்டிருந்த ஒரு இளம் மாணவி என்னிடம் சொன்னதாவது, அவளது பேராசிரியரால் அவளின் PhD ஆய்வு ஏற்றுக்கொள்ளப்படவில்லை, ஏனென்றால், அவள் ஹென்றி கிஸ்ஸிங்கரை மேற்கோள் காட்டவில்லையாம். ஆக,

சில சமயங்களில் கூட்டாளிகள் மாறுவார்கள், ஆனால் சிந்தனை அமைப்பு அதே போலத்தான் நீடிக்கிறது. இதனால்தான், சோஷியலிசம் எப்பொழுதும் தோல்வியடைந்ததாக நிறைய பேர் நினைக்கிறார்கள். ஆனால், இதற்கான எனது பதில், சோஷியலிசம் ஒரு தடவைதான் தோற்றது, முதலாளித்துவம் போல அல்ல (அது பல தடவைகள் தோல்விகள் அடைந்திருக்கிறது).

சோஷியலிச பணித்திட்ட வரைவு என ஒன்று இல்லை. சோஷியலிச பணித்திட்ட வரைவு என்ற ஒன்று இருக்கிறதென நீங்கள் நினைப்பீர்களானால், பிறகு, நீங்கள் கற்பனாவாதியாக மட்டுமே இருப்பீர்கள். பொருளாதாரக் கொள்கைகளின் உருவாக்கம் யாருடன் கூட்டிணைந்து செயற்படுத்துகிறீர்களோ, அவர்களுக்காக நீங்கள் கட்டமைப்பு மாற்றங்கள் செய்பவர்களாக இருப்பீர்கள். இந்த விடயத்தில் பாரம்பரியமான கம்யூனிஸ்ட்கள் ஒருபோதும் வெற்றி யடைந்ததில்லை. அவ்விடத்தில்தான் பிரச்சனையின், பெரும்பகுதி அமைந்துள்ளது. சோவியத் ஒன்றியத்தில் கூட, மாபெரும் பெருந் திரளான படைதிரட்டலின் தேவை இருக்கவில்லை, சோவியத் ஒன்றிய அமைப்பு கலைக்கப்படுவதற்கு. அய்யகோ! இந்த சிதைவுறுதல் மேல் மட்டத்தில் இருந்தவர்களால் செய்யப்பட்டது, அவர்கள் எதிர்காலத் திட்டங்கள் குறித்த தொலைநோக்கு அற்றவர்களாக, யோசனைகள் தீர்ந்து போனவர்களாக மற்றும் என்ன செய்வதென அறியாதவர்களாகவும் இருந்தார்கள்.

நீங்கள் லத்தீன் அமெரிக்காவின் இடதுசாரி முற்போக்கு இயக்கங்களின் தீவிர ஆதரவாளர். லத்தீன் அமெரிக்காவினுடைய இன்றைய அரசியல் மற்றும் மக்கள் இயக்கங்கள் இவற்றை எப்படிப் பார்க்கிறீர்கள்?

இதைக்குறித்து பல இடங்களில் நான் விரிவாக எழுதியிருக் கிறேன், Pirates of the caribbean: Axis of hope என்னும் எனது நூலில் உள்பட லத்தீன் அமெரிக்காவின் வளர்ச்சி சமமற்ற தன்மையில் உள்ளது. இதை நான் 21 ஆம் நூற்றாண்டின் சோஷலிசம் என ஒருபோதும் வகைப்படுத்த மாட்டேன். இதை நான், பெருந்திரளான மக்கள் இயக்கத்தின் அடிப்படையில் அமைந்த இடதுசாரி சோஷலிச மக்களாட்சி என, என் சொந்த வகைப்படுத்தல் வழியாகச் சொல்வேன். இவை எதுவுமே முதலாளித்துவத்துடன் எப்பொழுதும் நெருங்கி வருவதுமில்லை, மேலும் அதனுடன் உறவற்று இருக்கவும் விரும்புவது மில்லை. அவர்களாகவே சொன்னது, அவர்களது குறிக்கோள் அதுவல்ல என. ஏனெனில் இன்றைய நாட்களில், அதைப் போட்டியிட்டு வெல்வது மிகவும் கடினம். இவை தேர்ந்தெடுக்கப்பட்ட அரசாங்கங் களாக இருந்ததோடு, அதன் பங்குதாரர்களாகிய சாதாரண மக்களை

அவர்களின் தினசரி வாழ்க்கையில் ஊக்கப்படுத்துபவர்களாகவும், பல்வேறு மட்டங்களில் சில கட்டமைப்பு மாற்றங்கள் அமைப்பவர் களாகவும் இருந்தார்கள். வெனிசூலா மீதான அமெரிக்கா மற்றும் மேற்கு ஐரோப்பியர்களின் குறிவைப்பு என்பது, அதன் தாக்கத்தில் கொஞ்சம் அழிவுகரமானதுதான். வெனிசூலா, அங்கு நடைபெற்றிருக்கும் அனைத்து வளர்ச்சிகளுக்கும் தாய்மைத் தன்மை கொண்டதாக வகைகொள்ள வியலும். அவர்கள் செயற்படுத்தியிராத விடயம் என்ன வெனில், அதை அவர்கள் சாதிக்க முயற்சித்தார்கள் என்றாலும் கூட, தொடர்ந்து இயங்குவதற்கு அடிப்படை அமைக்கும் விதத்தில் சில வகைப்பட்ட நிலையான பொருளாதாரம் என்னும் நிலையை அவர்கள் உருவாக்கவில்லை. வெனிசூலாவின் அரசமைப்பை நிலைகுலையச் செய்ய அமெரிக்கா எடுத்த முயற்சிகள், இதுவரையில் தோல்வியடைந்து கொண்டேயிருக்கின்றன. ஜுயான் கொய்டொவை வெனிசூலாவின் ஜனாதிபதியாக ஆக்க அமெரிக்காவும் இன்னும் சில ஐரோப்பிய நாடுகளும் அங்கீகாரம் செய்து முன்னிலைப்படுத்தி வளர்த்தெடுத்தனர். த பேங்க் ஆஃப் இங்கிலாந்து, வெனிசூலாவின் தங்கத்தின் இருப்பை பறிமுதல் செய்தது. வெனிசூலாவின் மக்கள் பயணம் செய்வதில் தடங்கல் ஏற்படுத்தப்பட்டது. இது அந்த நாட்டின் மீதான தொடர்ச்சியான தொந்தரவுகளாக இருந்தன. ஆனால் அவர்கள் இன்னும் (ஜனாதிபதி) நிக்கோலஸ் மடுரோ அவர்களின் அரசமைப்பைக் கலைக்க இயலாதவர் களாகவே இருக்கிறார்கள். மடுரோவின் அரசமைப்பை நிலைகுலையச் செய்ய அவர்களால் இயலாமல் போனதற்கு ஒரே காரணம், மடுரோ பெருந்திரளான மக்கள் ஆதரவு பெற்றவராக இருக்கிறார். இரண்டாவது காரணம், படைத்தளபதிகளை விலைக்கு வாங்கிவிட அவர்களால் முடியும் என அமெரிக்கா நினைத்தது, ஆனால் அவர்கள் அதைச் செய்வதிலும் தோல்வியடைந்தார்கள். உண்மையில், படைப் பெருந் தளபதிகளுள் ஒருவர் சொன்னார், நாங்கள் வெனிசூலா மக்கள் என்பதை அமெரிக்கா உணர்ந்து கொள்ளாததாலும் எங்கள் அரசாங்கத்தை நிலைகுலையச் செய்து அதை மாற்றி அமைக்க எங்களுக்கு அவர்கள் ஏதோ பணம் கொடுத்து அதைச் செய்துவிட முடியும் என அவர்கள் நினைத்ததாலும் அமெரிக்கா எங்களை ஆழமாக அவமதித்து விட்டதாக நாங்கள் உணர்ந்து வருந்துகிறோம். ஆக, இந்த குறிப்பிடத்தக்க நெருக்கடி நடந்தேறிக் கொண்டிருக்கிறது.

பொலிவியாவில், அவர்கள் இவொ மொரால்ஸ்ன் அரசமைப்பை நிலைகுலையச் செய்வதில் வெற்றியடைந்தனர். ஆனால் அது நீண்ட காலம் நீடிக்கவில்லை. அவர்கள் தேர்தல் நடத்த வேண்டியிருந்தது.

மொரால்ஸ் அவர்களின் கட்சி அந்தத் தேர்தலில் மிக நல்ல வேட்பாளர் களைப் பெற்று வெற்றியடைந்தது. மொரால்ஸ், நாடு கடத்தப்பட்டதில் இருந்து, மாபெரும் ஆரவாரத்துடன் மீண்டும் நாடு திரும்பினார். பிரேசிலில், வெற்றிகரமான ஒரு அரசியல் புரட்சி நடந்ததை நாம் பார்த்தோம். அரசியல் களத்திலிருந்தே (லுயிஸ் இனாசியொ) லூலா டா சில்வாவை முற்றும் முழுவதுமாக நீக்கிவிட நடந்த முயற்சிகளை நாம் பார்த்தோம். நீதிமன்றம் லூலாவை விடுதலை செய்ய வேண்டி யிருந்தது.

அவர்கள் விலைகொடுத்து வாங்கும்படியாக எந்த ஒரு சாட்சியமும் கிடைக்கவில்லை. இது அவரை, தேர்தலில் (ஜாய்ர்) பொல்சொனாரொ அவர்களை எதிர்த்துப் போட்டியிடாமல் தடுப்பதற்கான முயற்சியாகும். பொல்சொனாரொவை ஃபாசிஸ்ட் என நிறைய மக்கள் அழைப்பது, பழிதூற்றலாகும். அவரிடம் அத்தகைய திசை நோக்கிய குணக்கூறுகள் இருக்கின்றன. அவர் மிகத் தீவிரமான வலதுசாரி கருத்துடையவர் என்பதற்கு அப்பாற்பட்டு, அவாடம் இருக்கும் உண்மையான பிரச்சனை யாதெனில், அவர் மனதளவில் சமநிலை குலைந்தவர். அதனால் அவர் கதிரவனுக்குக் கீழ் இருக்கும் ஒவ்வொரு விடயத்தைப் பற்றியும் பைத்திய வெறி கொண்டு பேசுகிறார். இவருடன் ஒப்பிடுகையில், டொனால்ட் ட்ரம்ப் காரண காரியத்தோடு பேசுபவராக இருந்தார். எல்லா கருத்துக் கணிப்புகளும் தெரிவிப்பது, இப்பொழுது தேர்தல் நடத்தப்பட்டால், லூலா எளிதாக வெற்றியடைவார். அங்கு தற்கணத்தில் சூழ்நிலை மிகவும் நம்பிக்கை தருவதாக இருப்பதையும் இளம் தலைவர்கள் இந்நாட்டில், எழுச்சியுடன் தோன்றுவதையும் நாம் பார்க்கப் போகிறோம். இந்த இளம் தலைவர்கள், வீடற்ற தேசிய தொண்டர்களின் தலைவரைப் போல ஒத்திருப்பார்கள். அந்த இயக்கம் மிகப் புகழ்வாய்ந்த பரந்த இயக்கமாகும். கடந்த முறை, நான் பிரேசில் சென்றபோது, Sao PauLo-வில், அங்கு வீடற்ற தொண்டர்களுக்காக உருவாக்கப்பட்டிருக்கும் சில முகாம் களுக்கு பார்வையிடச் சென்றதோடு அவர்களின் தலைவர்களையும் சந்தித்தேன். Guilherme Boulos (வீடற்ற தேசியத் தொண்டர்களின் தலைவர்) இவர் மிகவும் புகழ் பெற்றவர். Boulos ஒருங்கிணைத்த மாபெரும் பேரணிகளில் லூலா பேசியிருக்கிறார். நான் அவ்வப்போது பிரேசிலை இந்தியாவுடன் ஒப்பிடுவேன். இந்த விடயத்தில் கூட பிரேசிலியர்கள் தான் முன்னதாக இருக்கிறார்கள்.

அவர்கள் புதுத் தலைவர்களை உருவாக்குகிறார்கள். இந்திய சோஷியலிஸ்ட்கள் மற்றும் இடதுசாரிகள் கூட்டமைப்பு மற்றும்

ஒருங்கிணைப்பு இவற்றைப் பொருத்தமட்டில் பிரேசிலியர்களின் வளர்ச்சித் தடங்களை நெருக்கமாகப் பின்பற்ற வேண்டும்.

மற்ற தென் அமெரிக்க நாடுகளைப் பொருத்தமட்டில், அர்ஜென்டைனா எப்பொழுதும் அதன் நிலை மேலும் கீழுமாக உள்ளது. சிலி அந்நாட்டின் சர்வாதிகார-காலக்கட்ட அரசமைப்பு என்ற நிலைப்பாட்டை வாக்கெடுப்பு நடத்தி திருத்தி எழுதிவிட்டது. அகஸ்டோ பினொசெட்டின் ஏதேச்சதிகார அரசியல் செயல்பாட்டை மாற்றியமைக்கவும் கட்டமைப்பு ரீதியான சவால்களை எதிர்கொள்ளவும் மேற்கொண்ட பெரிய அளவில் ஒருங்கிணைக்கப்பட்ட முதல் முயற்சி இது. பழமைவாத இயக்கம் மற்றும் சோஷியலிஸ்ட் என பெயரளவில் சொல்லிக் கொள்ளப்பட்டவர்களின் கட்சிகள் இவற்றின் அழுத்தங்களால் உருவான மாபெரும் மக்கள் இயக்கத்தால் இது சாதிக்கப் பட்டது. மேற்சொன்ன இரண்டு கட்சிகளும் இதே திசையில் செயலாற்றிக் கொண்டிருந்தவைதான். சிலியில் வெற்றி என்பது முக்கியமில்லை.

தீர்மானமாக, லத்தீன் அமெரிக்க முற்போக்கு இயக்கம் தோற்கடிக்கப்பட்டதில், நாம் பார்த்துக் கொண்டிருப்பதல்ல இதில் சூழ்நிலை. அவர்கள் இழந்திருக்கிறார்கள். ஆனால் அவர்கள் மீண்டும் வருவார்கள். அது சமமற்ற மற்றும் எளிதற்ற சூழ்நிலை. அங்கே அவர்களை முற்றிலுமாக அழித்துவிடுதல் என்பது தவறானதாக இருக்கும். அமெரிக்கா அதன் ஆதிக்கத்தை அங்கு மறுவிரிவாக்கம் செய்ய இயலாது. மேலும் 1950கள், 1960கள் மற்றும் 1970களில் கொண்டிருந்த கட்டுப்பாட்டையும் அங்கு மறுவிரிவாக்கம் செய்ய இயலாது.

சீனாவின் முன்னிருக்கும் சவால்கள்

"சீனா உலகத்தின் பணிமனை *(WorkShop)* யாக விளங்குகிறது," என்று நீங்கள் சொல்கிறீர்கள். நிலவியல் சார்ந்த அரசியலின் தற்காலச் சூழலில் சீனாவை நீங்கள் எந்த இடத்தில் வைப்பீர்கள்?

இது ஒரு பில்லியன்-டாலர் கேள்வி. இது முக்கியமாக, சீனா எப்படி வளர்கிறது, அதன் உள்விவகாரங்களில் என்ன நிகழ்கிறது மற்றும் அமெரிக்கா மற்றும் அதன் கூட்டாளிகளால் சீனா நடத்தப்படும் விதம் எப்படி இவற்றையெல்லாம் பொருத்து அமைகிறது. சீனாவின் தேசிய முதலாளித்துவம் வியப்பூட்டும் விதத்தில் வெற்றியடைந்து இருந்தாலும் மற்றும் அது வெற்றியடைந்ததாலும் அவர்கள் முறையான சமூக நலத்திட்டங்கள் சார்ந்த நாடாக அதை உருவாக்க வேண்டும், அதில், சுகாதாரம் மற்றும் மருந்துகள் இவை விலையற்றதாக இலவசமாகக் கிடைக்குபடி செய்ய வேண்டும். அவை, உண்மையில் வளர்ச்சியடைந்திருக்க வேண்டும். நீங்கள் சம்பளம் என்ற ரீதியில்

பொருளாதார சமத்துவமின்மையைப் பெற்றிருக்கிறீர்கள். இந்த சமத்துவமின்மை பெரிய அளவில் உள்ளது. சீனாவில் நிலவும் கூலி வேற்றுமைகள் மற்றும் சம்பள வேற்றுமைகள் தற்போது அமெரிக்காவிலும் உள்ளன. மாபெரும் சமூக சமத்துவமின்மை சீனாவில் உள்ளது. இந்த நிலைமை தடுக்கப்பட்டு மாற்றப்பட வேண்டி யிருக்கிறது தற்சமயம். பெருந்திரளான மக்கள் சமூகத்திற்காக அதன் அரசாங்கம் உருப்படியாக நல்ல விடயங்கள் பலவற்றை செய்யத் தவறினால், அங்கு மாபெரும் சமூக எழுச்சி உடனடியாகவோ தாமதமாகவோ ஏற்பட்டு விடும். சீன அரசாங்கம் இதைக் குறித்து பதட்டமாக, மிகவும் பதட்டமாக உள்ளது. அவர்கள் அச்சமடைந் திருக்க வேண்டும், ஏனெனில், சீனா, 2000 வருடங்களிலான, புரட்சி களின் மிக நீண்ட வரலாற்றைக் கொண்டிருக்கிறது: விவசாயிகள், உழைக்கும் வர்க்கத்தினர் மற்றும் மாணவர்கள் இவர்கள் முன்னெடுத்த 20ஆம் நூற்றாண்டு கிளர்ச்சி என்பது இந்தப் புரட்சிகர போர்க் குணத்திற்கான சில நவீன உதாரணங்கள். சில விடயங்கள் மாற்றப்பட வேண்டிய தேவை இருப்பதாக மக்கள் உணரும் பொழுது, அவர்கள் அதற்காக படையாகத் திரண்டு அணிவகுக்குகிறார்கள். இது தியானன்மென் சதுக்கத்தில் 1989-இல் சீரிய முறையில் நடந்தது. அவர்கள் அதிகாரத்தில் நிலைத்து நீடிக்க விரும்பினால், அவர்கள் இதையெல்லாம் கவனத்தில் கொள்ள வேண்டும் என்பதற்கு இந்தப் புரட்சிகளே எடுத்துக் காட்டுகளாக இருக்கின்றன.

உலகத்தின் பரந்த பகுதிகளில் நிலவும் சீனப் பொருளாதார ஆதிக்கத்தை கட்டுப்படுத்தவும் பின்தள்ளவும் அமெரிக்கா மேற்கொண்ட முயற்சியைப் பொருத்தமட்டில் அவர்கள் நெருப்புடன் விளையாடிக் கொண்டிருக்கிறார்கள். புதியதாக அணுக்கரு ஒப்பந்தம் பிரிட்டன் மற்றும் ஆஸ்திரேலியா நாடுகளுடன் கையெழுத்தாகியுள்ள, AUKUS ஒப்பந்தம் முயற்சியானது, சீனக்கடல் மற்றும் பசிபிக் கடல் இவற்றின் நீர் ஆழங்களில் சீனாவைத் தொடர்ச்சியாக கண்காணித்திருக்க, அணு ஆற்றலால் இயங்கும் நீர்மூழ்கிக் கப்பல்களை வடிவமைப்பது குறித்ததே ஆகும். இது ஒரு சினமூட்டும் தூண்டுதல். சீனாவை அதன் ஆயுதத் திட்டங்களில் ஏராளமான பணங்கள் செலவழிக்க வைப்பதற்கான நிர்ப்பந்தத்தை நோக்கித் தள்ளவே இந்த சினமூட்டும் தூண்டுதல் செயல் வடிவமைக்கப்பட்டதாக நான் நினைக்கிறேன். அதுவே இந்தச் செயற்பயிற்சியின் நோக்கம்.

இசபெல்லா எம்.வெபர் என்னும் அறிவாளர் எழுதியிருக்கும் ஒரு ஆர்வமூட்டும் நூலில், சீனா அதிர்ச்சி வைத்தியத்தில் எப்படி தொடர்ந்து நீடித்திருக்கிறது என்பதை விவரித்துள்ளார். அந்தப்

பெண்மணி சொல்வதாவது, இது நேர்ந்தது ஏனெனில், சீன தேசம் வளர்ச்சிகள் மீதாக அதன் ஆட்சி ஆற்றலைக் கொண்டிருந்தது. அவர்கள் ஒருநிலையில் அதிர்ச்சி வைத்தியத்தின் பாதையில் செல்வதற்கு தூண்டப்பட்டார்கள். அவர்கள் அதை தொடங்கினாலும், ஆனால் சரியான நேரத்தில் அவர்கள் பின்வாங்கிவிட்டார்கள். வளங்கள் பல்கிப் பரவவும் புதிய நகரங்கள் மற்றும் சமூக கட்டமைப்புகள் உதயமாகவும் ஆன தேவைகளின் புரிதல்களை உருவாக்க அந்தப் பின்வாங்குதல் மிகமிக இன்றியமையாததாக இருந்தது.

அமெரிக்காவிற்கான இன்னொரு சாத்தியம், அது மிகவும் ஆபத்தானது, முட்டாள்தனமானது மற்றும் ஒவ்வொருவருக்கும் பேரழிவை உண்டாக்கவல்லது. அது ஜின்ஜியாங் பிரதேசத்தின் அமைதியின்மையைப் பயன்படுத்தி முயற்சி மேற்கொண்டது. சீனா அங்கு தன்னை நிலைநிறுத்தி ஊன்றிக்கொண்டது. அவர்களை ஒரு விடயத்திற்காக விமர்சனம் செய்ய வேண்டியிருக்கிறது. அவர்களது சொந்த சிறுபான்மை இனத்தவர்களான திபெத் மற்றும் ஜின்ஜியாங் மக்களிடம் அவர்கள் நடந்து கொண்ட விதத்தில் சில தவறுகளை, அவர்கள் செய்திருக்கிறார்கள். நாம் அத்தகைய விமர்சனம் செய்ய இயலும். ஆனால், மேற்கு உலகம் ஜின்ஜியாங்கில் கிளர்ச்சித் தூண்டல் உருவாக்க முயற்சிக்கையில், சீனா அதற்கு பதிலடி கொடுக்கும். அதன் பதிலடி எந்த வகைப்பட்டதாக இருக்கும் என்பதில் எனக்கு எந்த வொரு யோசனையும் அகப்படவில்லை. என்னை பதட்டம் கொள்ளச் செய்வது எது என்றால், நான் முன்பே சொன்னது போல, துருக்கியில் ஆயிரக்கணக்கான உய்குர் அகதிகள் உள்ளனர் என்பதுதான். அவர்களில் பலர் நேரடிப்போர்களில் பயிற்சி பெற்றவர்கள், சிரியா போர் உள்பட நேரடிப்போர்களில் பயிற்சி பெற்றவர்கள் ஆதலால், அவர்கள் சண்டையிடவும் எல்லாவற்றையும் தகர்த்து அழிக்கவும், இன்னும் பலவற்றைச் செய்யவும் பயிற்சி பெற்றிருக்கிறார்கள். இந்தத் திட்டம் சீனாவுக்கு அனுப்பப்பட்டால், அது ஜின்ஜியாங்கால் உள்ள மக்களுக்கு பயன்அளிக்காது. இதன் விளைவாக சீனர்கள் கடின நிலை அடைவார்கள். மேலும் அவர்கள் நாட்டின் பிறபகுதிகளில் இருந்து மக்களைத் திரளாகக் கொண்டுவந்து இந்தப் பிரதேசத்தில் திணிப்பார்கள். அவர்கள் கடந்த காலங்களில் இதையேதான் செய்திருக் கிறார்கள். அதையே அவர்கள் இப்பொழுதும் செய்யக்கூடும். அவர்கள் அதைச் செய்யமாட்டார்கள் என நான் நம்புகிறேன். இதை நான் மறுபடி மறுபடி அழுத்தமாகச் சொல்கிறேன். அவர்கள் அதைச் செய்யவே கூடாது. பொருளாதார மட்டங்களில், மேற்குலகம்

பல்வேறு முன்னணிகளில் பயணிக்க, முயற்சித்துக் கொண்டிருக்கிறது, மேலும் இதனால் வணிக உறவுகள் பாதிக்கப்பட்டுக் கொண்டிருக் கின்றன. சீனாவிற்கும் மேற்குலகத்திற்கும் இடையேயான உறவுகளை மாற்றி அமைத்துக் கொள்ள இதுதான் தகுந்த நேரம். ஆனால் அவர்கள் சீனாவை எந்த விதத்திலும் குறைத்து மதிப்பிட்டு விட வேண்டாம்.

சீர்திருத்தம் விரும்புகிற முற்போக்குவாதிகளுக்கு முன்னால் 'தீவிர சோஷியல் மக்களாட்சி' என்பது வளமான விருப்பத்தேர்வு என நீங்கள் சொல்லியிருக்கிறீர்கள். அதை நீங்கள் வளமான விருப்பத்தோ்வு என ஏன் பார்க்கிறீர்கள்? இது 'இடதுசாரி அரசியல் திட்டம்' என்னும் நிலைப்பாட்டிலிருந்து வேறுபட்டது இல்லையா?

நான் இதைச் சொன்னது ஏனென்றால், அகிலத்தின் பரந்த பகுதி களைச் சேர்ந்த திரளான மக்களின் ஒரு பிரிவினர் உண்மையிலேயே இதை விரும்புகிறார்கள். இடது அரசியல் சார்ந்த பெரிய புரட்சி இயக்கம் எங்கேயும் இல்லை. CPI(M) இயக்கத்தின் உடைவு மற்றும் இந்தியாவில், இந்திய பொது உடைமைக் கட்சி (மார்க்சிஸ்ட்-லெனினிஸ்ட்) குழுக்கள் தனியாகப் பிரிந்தது அதன் எதிரொலிப்புதான். ஆக, மாற்று அரசியல் திட்டங்கள் என்னென்ன இருக்கின்றன? இந்தக் கேள்விக்குப் பதில் சொல்வது கடினம். எனது கருத்தளவில், 21ஆம் நூற்றாண்டின் தொடக்கத்தில் நிகழ்ந்த லத்தீன் அமெரிக்க மாதிரி, மட்டும் தான் வளமான விருப்பத்தேர்வு. மாபெரும் மக்கள் இயக்கங்கள் இணைந்து சேர்ந்து, அரசியல் கட்சியாக உருவாக்கம் பெற்று, பிறகு அதிகாரத்தை அடைய முயற்சித்தன. இந்தியாவைப் போன்ற பரப்பில் பெரிய நாட்டில் அப்படிச் செயற்படுத்துவது கடினம்.

இந்திய அரசியல் சார்ந்த ஒருமித்த கருத்தில் மாபெரும் மாற்றம் நிகழ்ந்துள்ளது. இந்தியாவில், மாபெரும் மக்கள் இயக்கங்கள் இருந்துகொண்டிருக்கின்றன. ஆனால் அந்த இயக்கங்கள் ஒட்டாமல் தனித்தனியாக துண்டுபட்டு உள்ளனர். ஆனால் பிரேசில் இதில் மாறுபட்டு உள்ளது. ஐரோப்பாவைப் பற்றி கருதுவோமானால், அது தற்பொழுது மாபெரும் வலதுசாரி அலையடிப்பின் பிடியில் இருப்பதோடு, அது கூட சமூக மக்களாட்சி அரசியல் என்னும் சிந்தனையை முயற்சித்திருக்கிறது. அங்கேயும் மாபெரும் மக்கள் இயக்கங்கள் உள்ளன. பிரிட்டனில் ஜெர்மி கார்ப்யன் அவர்களைச் சுற்றி மிகப் பெரிய மாபெரும் மக்கள் இயக்கம் இருந்தது. அமெரிக்காவில் அதைப் போன்றதொரு மாபெரும் மக்கள் இயக்கம் பெர்னி சாண்டர்ஸ் உடன் இருந்தது. ஆனால் உச்சமாக, இந்த எல்லா மக்கள் இயக்கங்களும் பெரும்பான்மை இயைபால் மீள்வலிமை அடைந்தன. பிரான்சில்,

ஒட்டுமொத்த புரட்சிப் பாரம்பரியம், அதன் நிலையிலிருந்து அழிந்தது. சில அறிவுஜீவி மக்கள் உள்ளனர். அவர்கள் நினைப்பது, அங்கே தயாரிக்கப்படும் தொட்டிகள் நல்ல திண்மையானவை. ஆனால் அரசியல் என்று பார்க்கும்பொழுது, அதன் மட்டத்தில் ஒன்றுமில்லை. பிரான்சில் உள்ள மூன்று முக்கிய அரசியல் குழுக்கள்: மையம் நோக்கி தீவிரமாக குவிந்த குழு. இதை தலைமையேற்று நடத்துபவர் (ஜனாதிபதி) இம்மானுயெல் மாக்ரன், அடுத்து, தீவிர வலதுசாரி. இதை நடத்துபவர் மாரின் லி பென் மேலும் இதன் இன்னொரு வழி நடத்துனர், சமீபத்திய பேர்வழி எரிக் ஸெம்மொர், அவர் மரின் லி பென்னின் அதி தீவிர வலதுசாரித் தன்மையின் பாதையில் பயணிப்பவர், மேலும் அவர் இனம் சார்ந்தும் இஸ்லாமிய பீதிநோய் சார்ந்தும் அதிக மனச் சிந்தனைகள் கொண்டவர். ஜெர்மனியில், இங்கும் கூட, வலது அரசியல் நோக்கிய மாற்றம் நீடித்துக் கொண்டிருக்கிறது. ஆகவே, இந்த மாதிரியான நேரத்தில், மாபெரும் மக்கள் இயக்கங்களின் அடிப்படையில் ஆன இடதுசாரி சமூக மக்களாட்சி என்பதைக் குறித்து சிந்திப்பது கூட பைத்திய ஆர்வ வெறி என்பதாக தோன்றுகிறது. ஆக, நான் நினைக்கிறேன். இது இடைக்காலத்திற்கான மாற்று என. இந்தப் புவிக்கோளத்தில் எங்கேயும் எந்தப் புரட்சிகளும் நடந்து கொண்டிருப்பதாக நான் பார்க்கவில்லை. லெனின், 20ஆம் நூற்றாண்டை போர்கள் மற்றும் புரட்சிகளின் சகாப்தத்தின் ஊழிக்காலம் என வகைப்படுத்தினார். நாம் 21ஆம் நூற்றாண்டை, போர்களின் மேலாதிக்கம் மற்றும் எதிர்-புரட்சி இதன் காலக்கட்டமாக வகைப்படுத்த முடியும் என நான் நினைக்கிறேன். இந்த நூற்றாண்டு அப்படித்தானே ஆகிக்கொண்டு இருக்கிறது.

20ஆம் நூற்றாண்டின் காலனித்துவ சக்திகளின் எதேச்சதிகாரக் கொள்கைகள் அகிலத்தின் பல முற்றுப்பெறாத விரோதங்கள் மற்றும் முடிவடையாமல் தொடர்ந்து கொண்டிருக்கும் பற்றி எரியும் பிரச்சனைகள் யாவற்றிற்கும் முக்கிய ஆதாரமாக விளங்குகின்றன. 1917ஆம் ஆண்டில் பால்ஃபர் பிரகடனமும் பிற்காலத்தில் பிரிட்டனின் கொள்கைகளும் பாலஸ்தீனத்தில் யூதர்களுக்கும் அரேபியர்களுக்கும் இடையே விரோதத்தின் விதைகளை விதைத்தன. இந்த வரலாற்றுப் பின்னணியில் பாலஸ்தீன பிரச்சனையை நீங்கள் எப்படி பகுப்பாய்வு செய்வீர்கள், மேலும், இதன் எதிர்காலம் என்னவாக இருக்கும்?

பால்ஃபர் பிரகடனம் வழியாக பிரிட்டிஷ் உருவாக்க முயற்சித்துக் கொண்டிருந்த யூதர்களின் தாயகம் என்பது, அந்தப் பேரரசுக்கு

சேவையாற்றக்கூடிய ஒரு பொம்மை தேசம். அதுதான் அவர்களது நோக்கம். அதைக் குறித்து வேறெந்த பெரிய ரகசியமும் இதில் இல்லை. பிரிட்டிஷ் பேரரசு இல்லாமல், இஸ்ரேல் இன்றிருக்கும் வடிவம் உருவாக்கியிருக்கப்பட்டிருக்காது. முதல் உலகப் போருக்குப் பிறகு, பிரிட்டிஷ் ஏராளமான நாடுகளை மேற்கு ஆசியா (மத்திய கிழக்கு)வில் உருவாக்கியது. முதல் உலகப்போருக்கு முன்பு, ஒட்டமான்கள் இந்தப் பிராந்தியத்தை கட்டுப்பாட்டில் வைத்திருந்த போது, இது டமாஸ்கஸ், ஜெருசெலம், கெய்ரொ போன்ற நகரங்கள் கொண்ட ஒருங்கிணைக்கப்பட்ட அரேபிய உலகமாக இருந்தது. இதுபோல இன்னும் சில நகரங்கள் உள்ளடங்கிய அந்த அரேபிய உலகம் ஆதிக்கம் செலுத்திக் கொண்டிருந்தது. பிரிட்டிஷ் இந்த அரேபிய நிலப்பரப்பை, எளிதாக கட்டுப்படுத்துவதற்கு தோதாக அதை சின்னஞ்சிறு நாடுகளாக பிரித்து உருவாக்கியது.

இஸ்ரேலிய வணிகம் பிரிட்டிஷால் ஆதரவளிக்கப்பட்டது, அரேபியர்கள், முக்கியமாக பாலஸ்தீனியர்கள், அவர்களது நாடுகளுக்கு எதிராக நடந்து கொண்டிருந்தவைகளுக்கு எதிராக, அவர்களால் எதிர்ப்பு யுத்தங்கள் நடத்தப்பட்டு, அதன் கொடூரமான நொறுங்குதல் இரண்டு வருடங்கள் (அல்லது கொஞ்சம் அதிக காலம்) நீடித்தன. அந்த மோதலின் நொறுங்கல்கள் மற்றும் ஏராளமான மக்கள் கொல்லப்பட்டது இவை பாலஸ்தீனியர்களை உண்மையாகவே பலவீனப்படுத்தியது. அது ஒரு நீண்ட கதை. மேலும், பிரிட்டிஷ் அவர்களது பிரகடனமாகிய இஸ்ரேல் உருவாக்கம் என்பதில் தொடர்ந்து வெற்றியடைந்து வந்தது. இஸ்ரேல் இன்னும் நீடித்திருக்கிறது எதேச்சதிகார - ஆதரவுபெற்ற சக்தியாக: பிரிட்டன் ஆதரவோடு முந்தைய காலக்கட்டங்களிலும் மற்றும் முக்கியமாக தற்காலத்தில் அமெரிக்க ஆதரவுடன். இஸ்ரேல் அமெரிக்காவால் 1949ஆம் ஆண்டிலிருந்தே ஆதரவளிக்கப்பட்டு வருகிறது, இன்னும் மிக தீர்க்கமாக 1967ஆம் வருடத்திலிருந்து அதன் ஆதரவு இஸ்ரேலுக்கு தொடர்ந்து கொண்டிருக்கிறது.

யூதர்கள் எந்த நாடுகளிலிருந்து வந்தார்களோ, அந்த நாடுகளுக்கு அவர்கள் திரும்பிச் செல்ல எவ்வித முயற்சிகளும் அவர்களால் மேற் கொள்ளப்படவில்லை என்ற பொருளில், இஸ்ரேல் என்னும் நாடு, மற்ற காலனிய நாடுகளிலிருந்து மாறுபட்டதாக இருக்கிறது. இரண்டாம் உலகப்போரில் யூதக்கொலை என்னும் மிருகச்செயல்கள் மேற்குலக நாகரீகத்தால் நடத்தப்பட்டு அவர்கள் எரிக்கப்பட்டும் கொடூரமாக கொல்லப்பட்டும் அழிக்கப்பட்டார்கள். இதோடு, எதேச்சதிகார சக்திகளின் வலியுறுத்தல்களால், மிகவும் ஒரு அசாதாரணமான வகையினதான இதைச் செய்தார்கள், அதாவது, தானே ஓர் தனி இனம்

என்றமைந்த நாட்டை உருவாக்கி, அவர்களை மறுபடியும் விரட்டி யடித்து வெளியேற்ற இயலாவகையில், எந்த வழிமுறைகளும் அற்றதாக, அங்கே, அத்தகைய அசாதாரணமானதான ஒன்றைச் செய்தார்கள். அரேபிய சக்திகளுடன் செயல்தொடர்புகள் உருவாக்கிக் கொள்வதற்குப் பதிலாக, கமால் அப்தெல் நாசர் (எகிப்தின்) வேறொரு செயல் தொடர்பை மேற்கொண்டார், அரேபியர்களை அவர்களது இயற்கையான கூட்டாளிகள் என கருதுவது மற்றும் பாலஸ்தீனியர்களின் நாட்டை ஏற்றுக்கொள்வது. இஸ்ரேலியர்கள் போர் தொடங்கினார்கள். இன அழிப்பு செய்யப்பட்ட விதம், கிராமங்கள் எரிக்கப்பட செய்யப்பட்ட ஏற்பாடு, அதை அவர்கள் நிர்வகித்த விதம், இன்னும் பல கொடூரங்கள் உள்ளிட்ட அனைத்து ஆதாரங்கள் பல்வேறு நூல்களில் வெளியாகி யுள்ளன. யூதர்களின் வரலாற்றில் இவையெல்லாம் கீர்த்தி பெற்ற கிளைக்கதைகள் அல்ல. ஆனால், அவர்கள் ஒரு நாட்டை நிறுவவும் அவர்களின் இறந்த மொழியான ஹுப்ருவை புத்துயிர் ஊட்டவும் அவர்கள் எதிர்த்து நின்று சமாளித்தார்கள். இது உண்மை. இது அவர்களது போராட்டத்தின் தனித்தன்மையாக இருந்ததோடு அவர்கள் அதில் வெற்றி பெற்றிருக்கிறார்கள். வேறெந்த நாடும் இத்தகைய செயல்பாட்டில் வெற்றியடைந்ததில்லை என்ற வகையில் இவர்களின் இந்த செயல்பாடுகள் வியக்க வைக்கிறது. எந்த ஒரு ஐரோப்பிய நாடும் லத்தீனை ஒரு மொழியாக மீட்டமைக்க முடியவில்லை. ஆனால் இஸ்ரேலியர்கள் இதைச் சாதித்திருக்கிறார்கள். ஆனால் சோக முடிவு என்னவெனில், பாலஸ்தீனியர்கள் தோல்வியின் பாதிப்புகளை அனுபவிப்பவர்களாக இருப்பதும் அரேபிய அரசுகள் அவர்களை ஆதரித்ததும்தான்.

நாம் இப்பொழுது மிகவும் அவநம்பிக்கை அளிக்கும்படியான, பயங்கர சூழலுக்கான வாய்ப்புள்ள நிலையில் இருக்கிறோம். அங்கு பாலஸ்தீனியர்கள் மானிடத் தன்மைகளிலிருந்து தரம் இறக்கப்பட்டவர் களாக நடத்தப்படுகிறார்கள், அங்கு இஸ்ரேலிய அமைதி இயக்கங்கள் கூட, இஸ்ரேலை நிறவெறிகொண்ட நாடாக அறிவித்திருக்கிறார்கள், அங்கு மனித உரிமைகள் கண்காணிக்கப்படுகின்றன, முற்போக்கு முன்னேற்ற அமைப்புகள் இல்லாத, நிறவெறி நீடித்திருக்கிற நாடாக சொல்லப்படுகிற இஸ்ரேல், அது தொடர்ச்சியாக மேற்குலக ஐரோப்பியர் களால் ஆதரிக்கப்பட்டும் மற்றும் அமெரிக்காவால் எப்பொழுதும் ஆதரிக்கப்பட்டுக் கொண்டிருக்கும் நாடாக இருக்கிறது. இஸ்ரேல் மீது மேற்குலகு படையெடுப்பதை நீங்கள் விரும்புகிறீர்களா? சில சமயங்களில் நீங்கள் இத்தகைய கேள்வியை எதிர்கொள்ள நேரிடும். மேற்குலகு எந்த ஒரு நாட்டின் மீதும் படையெடுப்பதை நான் விரும்ப வில்லை. ஆனால் நான் சிந்திப்பதெல்லாம், அவர்கள் இன்னும் சில

விடயங்களை மிகவும் திறம்பட செய்யவேண்டும் என்பதுதான். 1967 எல்லைகள் நோக்கி இஸ்ரேலை பின்வாங்கி நகரச்செய்வதற்காக, கற்பனாவாத சித்தாந்தத்தில் திளைத்திருப்பதாக தோற்றமளிக்கும் அந்நாட்டின் மீதாக, மேற்குலகு சக்திகள் அழுத்தங்கள் (இஸ்ரேல் மீது) வைக்க முடியும். இஸ்ரேல் மீதாக பொருளாதாரத் தடைகள் சுமத்துவது, அந்நாட்டிற்கான மானியங்கள் அனைத்தையும் நிறுத்தி விடுவது என மேற்குலகம் தீர்மானித்தால் இது செய்யப்பட முடியும். ஆனால் அவர்கள் அதை ஒருபோதும் செய்ய மாட்டார்கள். ஆக, இப்பொழுது பாலஸ்தீனியர்கள் அந்தரத்தில் தொங்கிக்கொண்டிருக் கிறார்கள், PLO (Palestine Liberation Organisation)வின் தோல்வியடைந்த தலைமைத்துவம் இதற்குக் காரணம். மேலும் ஹமாஸ், அவர்களது மக்களை பாதுகாக்கக் கூட ஒன்றுபட மறுத்துவிட்டார். ஙிலிஙிவின் விஷயத்தில், அது ஒஸ்லொ உடன்பாடு ஏற்பட்டதிலிருந்து இஸ்ரேல் சார்பில் அது அடிப்படையில் செயலாற்றுகிறது. பாலஸ்தீன் எதிர்காலம் குறித்து நான் அச்சம் கொள்கிறேன். தற்பொழுது, இன்று நான் இருப்பது போல, அவநம்பிக்கையாளனாக நான் இருந்ததேயில்லை.

பிரிவினைப் பேரிடர்

2022 என்னும் இந்த வருடம், இந்தியத் துணைக் கண்டம் பிரிவினை மற்றும் இந்தியா, பாகிஸ்தான் நாடுகள் உருவாக்கம் என்பதைக் குறிக்கும் 75வது வருடமாக இருக்கிறது. பிரிவினை சார்ந்த உங்கள் நினைவுகளை தயவுசெய்து பகிர்ந்துகொள்வீர்களா? கடந்து போன காலங்களை எப்படிப் பார்க்கிறீர்கள்?

இந்தப் பிரச்சனைகள் மீதாக, இது குறித்து, நான் நான்கு நூல்கள் எழுதியிருக்கிறேன். 75 வருடங்கள் கழிந்திருக்கும் இந்நிலையில், பாகிஸ்தானை உருவாக்கிய விதத்தில் நாம் சரியாக இருந்தோம் என மக்கள் சொல்கிறார்கள். மக்கள் சொல்லிக் கொண்டிருப்பது குறித்து என்னால் புரிந்துகொள்ள இயல்கிறது. ஆனால் உண்மை என்னவெனில், இந்தியா மாகாணங்களுக்கான தன்னாட்சி உரிமைகள் கொண்ட, ஒருங்கிணைக்கப்பட்டதாக, கூட்டரசு அமைப்பின் கீழ் இருந்தது, தற்போதைய சூழ்நிலையைக் காட்டிலும் அது சிறப்புடையதாக இருக்காது என யாருக்குத் தொயும்?

ஆதலால், ஒரு உறுதியான பாதையில் அது நிகழ்ந்தேறியது, இன்று நாம் இந்தியா மற்றும் பாகிஸ்தான் என இரண்டு நாடுகளைப் பெற்றிருக்கிறோம். இந்தப் பிரிவினை தனித்தன்மை வாய்ந்த வழிகளில் நிகழ்ந்திருந்தால் இதன் விளைவுகள் வேறுபட்ட பண்புக் கூறுகள் கொண்டதாக இருந்திருக்கக் கூடும். நாம் வரலாற்றின் கடிகாரத்தை

பின்னோக்கி திருப்பிவிட முடியாது. அந்தப் பிரிவினை ஒரு பேரிடர் என நான் பல வழிகளில் சமரசம் அடைந்துள்ளேன். இந்த நாடுகளை உருவாக்கிய, முஸ்லீம் லீக் மற்றும் இந்திய தேசிய காங்கிரஸ் ஆகிய இரு கட்சிகளும் இயங்கும் விதத்திலும் அரசியல் அமைப்பு ரீதியிலும் மதச்சார்பற்ற கட்சிகள்தான். ஆம், இந்த மதச்சார்பற்ற தன்மை எத்தகைய ஆழம் கொண்டதாக இருந்தது என்பது குறித்து நாம் மிக நீண்ட விவாதங்கள் நடத்தவியலும். பாகிஸ்தான் வடிவாக்கம் என்னும் விடயத்தில் பங்காற்றிய முஸ்லீம் லீக் தலைவர்கள் குறித்து நான் சொல்வது, அவர்களில் பலர் உத்தரப்பிரதேசத்தில் இருந்து வந்த, அதிலும் முக்கியமாக அகதிகளாக வந்தவர்கள், லக்னோவைச் சேர்ந்த மத்திய தர வகுப்பினர். மற்றும் உயர்-நடுத்தர-வகுப்பு சேர்ந்த அறிவு ஜீவிகள், இப்படியாக வந்து முஸ்லீம் லீக்கை உருவாக்கி வடிவமைத்த அந்தத் தலைவர்கள் மதச் சார்பற்றவர்களாக இருந்தார்கள்.

இஸ்லாமிய மதவாதம் பேசும் பெரிய கட்சிகள் பல பாகிஸ்தான் வடிவாக்கம் செய்யப்படுவதில் தடுக்கப்பட்டவர்களாக இருந்தார்கள். இந்தியாவில் இருந்த த செமினரி டியொபண்ட், த ஜமாத்-இ-இஸ்லாமி, இதுபோல இன்னும் பல இயக்கத்தினர். பாகிஸ்தானில் தடுக்கப் பட்டவர்களாக, இருந்தார்கள். இஸ்லாம் என்பது இயற்கையின் அகண்ட பொது விரிவு கொண்டதாக இருந்தது அல்லது அது ஒன்று மில்லை என்னும் காரணம் கொண்டு அத்தகைய மதவாத இஸ்லாமிய இயக்கங்கள் தடுக்கப்பட்டனர். பிறகு, பாகிஸ்தான் உருவாக்கப் பட்டதும் அவர்கள் தங்களது தலைமையகங்களை பாகிஸ்தானுக்கு இடம் மாற்றிக்கொண்டு விட்டதோடு, அவர்கள் மதச் சம்பிரதாயங்கள் மற்றும் மரபுவழி ஆச்சாரங்கள் இவற்றின் பாதுகாவலர்களாக ஆனார்கள். 1950களில் அவர்கள் தொந்தரவுகள் உருவாக்க முயற்சித்த போது அன்றைய அரசாங்கத்தால் அவர்கள் மிகக் கடுமையாக நடத்தப்பட்டார்கள். மிகவும் இன்றியமையாத விடயம் யாதெனில், 1950களில் மற்றும் 1960களில் மற்றும் 1970களில் கூட பாகிஸ்தான் நேர்மையான மதசார்பற்ற தன்மையில் இருந்தது. பாராளுமன்றத்தில் மதச்சார்பு கொண்ட கட்சிகள் கொஞ்சமாக, சிறிதளவு பிரதிநிதித்துவம் பெற்றன. இந்த மதவாத குழுக்களை வலிமையாக்கியது எதுவெனில், ஆப்கானிஸ்தானில் ரஷ்யர்களுக்கு எதிராக அமெரிக்கா உருவாக்கிய போர், அதில் பாகிஸ்தானின் இராணுவமும் ISI அமைப்பும் உபயோகப் படுத்தப்பட்டதுதான், அந்த மதவாதக் கட்சிகளை வலிமையாக்கியது. இவற்றில் அனேக துருப்புகள் மேல்மட்டத்தில் இருந்து உருவாக்கப் பட்டவர்கள். மேலும் அவர்கள் இப்பொழுது கட்டுப்பாடுகளைக் கடந்தவர்களாக இருக்கிறார்கள். இந்தக் குழுக்களில் உள்ளவர்கள் அவர்களது சொந்த செயல் திட்டங்கள் கொண்டவர்களாக இருக்கிறார்கள்.

ஆப்கானிஸ்தானில் வெற்றிக்குப் பிறகு, ரஷ்யர்களை அவர்கள் விரட்டியடித்த பொழுது மற்றும் முதன் முறையாக அவர்கள் தாலிபான் அரசாங்கத்தை உருவாக்கினார்கள். இப்பொழுது விடயங்கள் எல்லாம் எளிதாகவே போய்க்கொண்டிருப்பதாக அவர்கள் தானாக ஊகங்களை புனைந்து கொண்டதோடு, அவர்கள் போரில் வெற்றியடைந்து விட்டதாக அவர்களது கற்பனையான சிந்தனை மிதப்பு இருந்தது. அமெரிக்காவின் செயல்பங்கு, அமெரிக்கப் பணம், அமெரிக்க ஆயுதங்கள் மற்றும் மேற்குலக அறிவுஜீவிகள் என்று சொல்லப்படுபவர்களிடமிருந்து பெறப்பட்ட அறிவு இதை எல்லாம் அவர்களது கற்பனையான சிந்தனைகளால் மறக்கடிக்கப்பட்டு இருந்தார்கள். பிறகு அவர்கள் ஜம்மு-காஷ்மீரில் பெரிய ஜிகாத் போரை உருவாக்க தற்பொழுது அவர்கள் முயற்சித்துக்கொண்டிருக்கிறார்கள். இது காஷ்மீர் மக்களது கலாச்சார பாரம்பரியம் மற்றும் மதத்தன்மை இவற்றிற்கு முற்று முழுவதுமாக ஒத்திசைவற்ற விடயங்கள். பாகிஸ்தானில் கூட இதே செயல்முறைதான் நடந்தது.

இந்தியாவில், காங்கிரஸ் கட்சி முழுமையாக சிதைவடைந்து விட்டது. மரபு ரீதியிலமைந்த வாரிசு தலைமைகள் மேல் அந்தக் கட்சி கொண்டிருக்கும் ஆதாரமான நம்பிக்கை என்பது அரசியல் ரீதியாக திவாலடைந்த நிலையின் அடையாளமாக இருக்கிறது.

மரபு ரீதியான ஆளும் வாரிசுகள் ஆட்சி என்னும் ஒற்றைப் பாதை வழியாக உங்களால் வெற்றியடைந்துவிட இயலும் என்னும் இந்த அரசியல் கலாச்சாரம் தெற்கு ஆசியாவில் ஒரு பொதுவான விடயமாக இருக்கிறது. BJP (பாரதிய ஜனதா கட்சி) போன்ற ஒரு கட்சி, மிக முக்கியமாக RSS (ராஷ்ட்ரிய ஸ்வயம் சேவக்சங்) நீண்ட காலமாக நீடித்து ஜீவித்திருந்த இந்த கட்சி, முதன்மை நிலை ஆதிக்கம் கொண்டதாக இந்த சூழல்வாய்ப்பில் வளர்ச்சியடைந்திருக்கிறது. பிரிட்டிஷ் ஏகாதிபத்தியம் காலக்கட்டத்தில் RSS-ன் நிலையானது தெளிவற்றதாக இருந்தது. அவர்களின் இந்த வரலாறால், அவர்கள் கொஞ்சம் திகைப்படைந்தவர்களாக இருக்கிறார்கள், ஆனால் அவர்கள் மலைக்குமளவு அவர்கள் வளர்ச்சியடைந்துவிடவில்லை. ஏதோ ஒரு விதத்தில், அவர்கள் ஒரு கட்சியை நிறுவினார்கள், முதலாளித்துவ வணிக பணிச்சட்டகக் கட்டமைப்பு சார்ந்து அரசியல் செயலாற்றினார்கள். மேலும் காங்கிரஸ்-எதிர்ப்புக் கூட்டணிக்குள் நுழைந்து கொண்டார்கள். அந்த நேரத்தில் கூட, நம்மில் பலர் இடதுசாரி இயக்கங்களிடம் சொன்னோம், நீங்கள் இந்தக் கூட்டணிக்குள் இருக்கக் கூடாது, என. அது ஒரு இயல்பான அரசியல் குழுவாக்கம் அல்ல. அதன் லட்சியங்கள்

மிகத் தெளிவானவை. ஆனால் இடதுசாரிகள் அதைக் காதில் வாங்கிக் கொள்ளவில்லை.

உலகமயமாதல் என்னும் அகிலச் சூழ்நிலை மற்றும் இன தேசியம், மத தேசியம் இவற்றின் உருவாக்கம் கூட இந்தியாவில் உடனடியாக அல்லது தாமதமாக நிகழ்ந்துவிடக்கூடிய தறுவாய் ஏற்பட்டிருக்கிறது. நிறைய பேர், இது நடக்குமென நினைத்ததைக் காட்டிலும், இதை உடனடியாகச் செய்துவிட்டார்கள் இந்தப் பேர்வழிகள். இப்படியாக செய்வதன் வழியாக, இவர்கள் புதிய கருத்து ஒருமைப்பாடு உருவாக்குகிறார்கள். காந்திய கருத்து ஒருமைப்பாடு என்பதிலிருந்து இது முற்றும் முழுதாக முரண்பட்டது. இந்து மதம் முதன்மை நிலை ஆதிக்கம் கொண்ட நாட்டில், புதிய வகையான, மத சார்புடைய கருத்து ஒருமைப்பாடு என்னும் நிலைப்பாட்டை உருவாக்குதல் வழியாக மற்ற எந்த மதத்தாலும் கேள்வி எழுப்பவோ அல்லது எதிர்த்து குற்றம் சாட்டவோ இயலாதபடி இந்து மதம் இருக்கும். இதை எதிர்த்து யாராவது குற்றம் சாட்டினால், அவர்கள் சாதிய அமைப்பால் குற்றம் சாட்டப்படுவார்கள். இந்தப் புதிய கருத்து ஒருமைப்பாடு, இந்துத்வாவுக்காக சண்டையிடுதல், கடந்த கால சின்னங்களைத் துடைத்து எறிதல், பாபர் மசூதி போர் வினையாற்றல் என அனைத்துமே மிகத் தீவிர புத்திசாலித்தனமான பிரச்சார வினையாள்கைகளாக செயல்திட்டங்கள் உருவாக்கப்பட்டு, அதன் வழியாக, ஒரு புதிய வடிவம் கொண்ட மேலாதிக்கம் என்பதை நிறுவினார்கள். மேலும் அவர்கள் இதில் வெற்றியடைந்துவிட்டார்கள். இருந்தபோதிலும் நரேந்திர மோடி இன்னும் புகழ்பெற்ற அரசியல் வாதியாக உள்ளார். இந்த உண்மையிலிருந்து விலகிச் செல்ல வழி இல்லை.

இதற்கான எதிர்ப்புச் செயல்பாடுகள் கிளைக்கதையாக, பெரும் பாலும் தென் இந்தியாவில் நீடிக்கிறது, அது முழுமையாக BJPயின் பக்கம் விழுந்து விடவில்லை. மேற்கு வங்காளத்தில் மம்தா பானர்ஜி, அவர் ஆட்சிசெய்யும் முறையில் குறைபாடுகள் இருக்கலாம். நிறைய குறைபாடுகள் உள்ளதை நானறிவேன், ஆனால் அவர் BJPயை எதிர்த்துப் போராடுகிறார். நான் சொல்வதை யாரும் மறுக்க முடியாது என நினைக்கிறேன். CPI(M) கட்சியானது கடந்த தேர்தலில் அது BJPயைக் காட்டிலும் மம்தாவை இலக்காகக் குறி வைத்தது என்பது கொடுமை யானது. அந்த இயக்கத்தின் முன்னாள் வாக்காளர்கள் கடந்த தேர்தலில் BJPக்கு வாக்களித்தார்கள். கடைசியாக என்ன நடக்கிறது என்பதை லட்சக்கணக்கான மக்கள் தீர்மானிப்பார்கள் என நான் நினைக்கிறேன்.

தேர்தலில் மோடியை தோல்வி அடையச்செய்யும்படியான ஒரு பெரிய மேலாதிக்கக் கட்சி இருப்பதாக என்னால் பார்க்க முடியவில்லை. மிக முக்கியமான பிரச்சனைகளில், BJP சொல்லிக்கொண்டிருப்பதையே, காங்கிரஸ் கட்சி உள்ளூர் வட்டங்களிலும் பிராந்திய அளவிலும் சொல்லிக்கொண்டிருக்கின்றன. 21ஆம் நூற்றாண்டில் மக்களாட்சி அமைப்பின் வாதப்போக்காக இது இருக்கிறது. அந்த இயக்கங்கள் ஒன்றுக்குள் ஒன்றாக நெருக்கமாக நகர்ந்து இயைந்து கொண்டிருக்கின்றன. இந்தத் திரட்சியை நான் தீவிர மையம் என கருத்தாக்கம் செய்வேன்.

ஐரோப்பாவில் மட்டுமல்ல மற்றும் அமெரிக்காவில் மட்டுமல்ல, உலகத்தின் பிற பகுதிகளிலும் இது நடந்துகொண்டிருக்கிறது. உண்மையிலேயே இந்தியா, இதற்கு ஒரு நல்ல உதாரணம்.

ஆக, இந்த இரண்டு நாடுகளுக்கும் இருப்பு நிலை ஏட்டில் எஞ்சுவது முற்றிலும் அவலம்தான்.

இந்த நேர்காணலில் மக்களை உற்சாகப்படுத்துவது எனது நோக்கமல்ல, ஆனால் நாம் அடைந்திருக்கும் தோல்விகளின் பாதிப்புகளது அளவை நாம் புரிந்துகொள்ள வேண்டும் என நான் சொல்கிறேன். நீங்கள் தோல்விகளை ஒப்புக்கொள்ளாவிட்டால், பிறகு நீங்கள் எப்போதும் முன்னோக்கி நகர முடியாது. ஏதோ ஒரு விதத்தில் இந்தத் தோல்விகளை ஒப்புக்கொள்வதன் வழியாக, நாம் கட்டியெழுப்பும் இயக்கங்கள் தந்திரம் புரியாது எனச் சொல்வதாகும். இயக்கங்கள் என்றாலன்றி அரசியலில் இருந்து பின்வாங்குதல் என்பது, இங்கு நீடித்துக் கொண்டிருக்கும் கட்சிகளின் ஆதிக்கத்தை அதன் ஒவ்வொரு மட்டத்திலும் எதிர்த்து அறைகூவல் விடுக்கும் அரசியல் அமைப்புகள், சில அரசியல் கட்சிகள் இவற்றுடன் இணைந்து கொள்ளுதல் ஆகும். நீங்கள் விரும்பினாலும் விரும்பாவிட்டாலும் அத்தகைய பாதையிலான அரசியல்தான் நடந்து கொண்டிருக்கிறது.

சிறப்பான எதிர்காலத்திற்காக, சரிசெய்யப்பட வேண்டிய உடனடி பிரச்சனைகள் என்னென்ன? உங்களது நம்பிக்கை எவ்விடத்தில் அமைந்திருக்கிறது?

ஏராளமான முக்கிய பிரச்சனைகள் உள்ளன. ஒன்று, உலக மக்களுக்கு சுகாதார அமைப்பை வழங்குவது, அதற்கான மருந்துகள், மருந்து வியாபார மற்றும் தயாரிப்பு நிறுவன அரக்கர்களிடம் இருந்து பெற்ற மருந்துகள் அடிப்படையில் இல்லாமல் அமைய வேண்டும். ஆனால் அந்த சுகாதார அமைப்பு அந்தந்த அரசாங்கத்திற்கு சொந்தமான மருந்து தொழிற்சாலைகள் தயாரிக்கும் பொது இயல்பான மருந்துகள் அடிப்படையில் அமைய வேண்டும். இது உலகத்தின்

ஒவ்வொரு சிறிய நாட்டிலும் பெரிய முதலீட்டில் தொடங்க வேண்டும். இந்த விடயத்தில், (உலகச் சுகாதார நிறுவனம்) கவனம் குவித்திருக்க வேண்டும். கூடவோ அல்லது குறைச்சலோ இது பில் கேட்ஸால் வாங்கப்பட்டிருப்பதாக தோன்றுகிறது. சொல்வதற்கு கஷ்டமாகத்தான் இருக்கிறது, இது எந்த வழியில் போகப்போகிறதோ. இது முக்கியமான கவனக் குவிப்பாக இருக்க வேண்டும்.

இரண்டாவது, மாறும் தட்ப வெப்ப சூழல். என்னை விட அறிவு சார்ந்த நிறைய பேர், மேலும் இந்த விடயத்தில் மிகவும் ஆழ்புலமை கொண்ட நவோமி க்ளீன் போன்ற அறிவாளிகள் இது தொடர்பாக பல காலமாக பேசிக்கொண்டிருக்கிறார்கள். மாறும் தட்ப வெப்ப சூழல் என்னும் செயல்போக்கு, தொழில்நுட்ப முன்னேற்றங்களால் முடுக்கிவிடப்பட்டு துரிதப்படுத்தப்பட்டது. கடந்த நூற்றாண்டு முழுவதிலுமாக முதலாளித்துவம் உருவாக்கிய இத்தகைய தொழில் நுட்பங்கள் பேரழிவுச் சூழலை உருவாக்கியிருக்கிறது. இவற்றை எப்படி சரி செய்ய முடியும்? நவோமி க்ளீன் மிகவும் சரியாகச் சொல்கிறார். உலகளாவிய திட்டமிடலுக்கான கேள்வி இது என அவர் சொல்வது முற்றிலும் சரியாகும்.

எந்த ஒரு தனி நாடாக, அதன் சொந்த முயற்சியில் இதைச் செய்துவிட முடியாது. உலகளாவிய திட்டம் இதற்குத் தேவை. இன்றைய உலகத்தில் திட்டமிடுதல் குறித்துப் பேசுவது என்பதில், மக்கள் முதலாளித்துவம் உடன் மயக்கத்திற்குள்ளாகி இருப்பது என்பது அப்படிச் செய்வதை எளிதாக்கி விடாது. இதை நாடளவில் மட்டும் செய்துவிட முடியும். அப்படிச் செய்யாவிடில், அது ஏதோ ஒரு ஒப்பனை அளவீடாக இருக்கும். கலைஞர்கள் மற்றும் பொறியியலாளர்கள் இதனால் எதிர்கொள்ளவேண்டிய சவால்கள் குறித்து பல பத்தாண்டு களுக்கு முன்னதாகவே நம்மை எச்சரித்தார்கள். மின்சாரக் கார் உருவாக்குவது குறித்த யோசனை, நான் நினைக்கிறேன், அந்த யோசனை குறித்து ஒரு ஜப்பானிய மனிதரால் 75 அல்லது 80 வருடங்களுக்கு முன்பே விவாதிக்கப்பட்டபோது, சொல்லப்பட்டது, எதிர்காலத்திற்கான பாதை இதுவாகத்தான் இருக்க வேண்டும்.

உலகத்தில் மோட்டார் வண்டி தொழிற்சாலையானது முழுமையாக ஆதிக்கம் கொண்டதாக ஆகத் தொடங்கியதன் பொருள், சூழலியல் சார்ந்து மிகவும் சிறந்ததான ரயில்வே அமைப்பானது அலட்சியப் படுத்தப்பட்டு புறக்கணிக்கப்பட்டது. இருப்புப் பாதைகள் அழிக்கப் பட்டன, வளரச் செய்யப்படவில்லை. ஜப்பானியர்களைப் பொருத்த வரையில் அது குறைத்து மதிப்பிடப்பட்டது. சீனர்கள் மற்றும்

பிரெஞ்சுக்காரர்கள் அதை தலைகீழாக்க முயற்சி செய்தார்கள். இவற்றின் அளவீடுகள் தற்போது எடுக்கப்பட முடியும். ஆனால் மாபெரும் அளவில், கார்பன் தடத்தை குறைப்பதற்காக, உலக அளவில் மாபெரும் திறன்மிகு செயல்பாடு உங்களுக்குத் தேவைப்படும். உலகளாவிய திட்டம் நமக்கு தேவைப்படுகிறது. சமத்துவமின்மை என்பதையும் இங்கு குறிப்பிட்டாக வேண்டும், முக்கியமாக, உலகின் பல பகுதிகளில் நிலவிக்கொண்டிருக்கும் பாலின சமத்துவம் பற்றியும் கூட இங்கே குறிப்பிட்டுச் சொல்ல வேண்டும். இன ஆட்சி சர்வாதிகாரம் என்பதை அதன் ஒவ்வொரு அர்த்தத்திலும் தகர்த்தெறியப்பட வேண்டும். இவையெல்லாம் சில இன்றியமையாத பிரச்சனைகளாக நாம் சந்திக்க வேண்டியவை இன்று.

★★★